LINH TRANG

NHẬT KÝ HỌC LÀM BÁNH 2

CẨM NANG CHO NGƯỜI YÊU BÁNH

Hình ảnh dùng trong cuốn sách này là của tác giả

nhã nam THẾ GIỚI

NHÀ XUẤT BẢN
THẾ GIỚI

Tác giả Linh Trang sinh năm 1985 tại Hà Nội, hiện đang làm nghiên cứu sinh ngành Kinh tế ứng dụng tại Đại học Antwerp, Vương quốc Bỉ.

Bên cạnh nghiên cứu khoa học, nấu nướng và chụp ảnh đồ ăn là hai niềm đam mê lớn của chị, cũng là cảm hứng để Trang viết blog ẩm thực www.savourydays.com. Từ một "quyển sổ" nho nhỏ ghi lại những câu chuyện hằng ngày của một nghiên cứu sinh xa nhà, sau hơn ba năm, với 30 triệu lượt truy cập, Savoury Days đã trở thành căn bếp chung của nhiều người có cùng tình yêu bếp cũng như niềm ước ao tự mình làm ra những món ăn ngon, chiếc bánh đẹp cho người thân yêu.

Ngoài viết blog, Trang còn cộng tác với chuyên mục ẩm thực của nhiều tạp chí như Bếp Gia đình, Đẹp Online,.. Năm 2014, cuốn cẩm nang *Nhật ký học làm bánh* của cô được bạn đọc đón nhận nồng nhiệt, trở thành một trong những bestseller của năm.

·MỤC LỤC·

·CHƯƠNG 1·

·BÁNH MÌ·

- CHƯƠNG 2 -

- PASTRY - 127

- CHƯƠNG 3 -

195

- BÁNH QUY & KẸO -

CHƯƠNG 4

-ENTREMET-

Lời ngỏ

Khi bắt tay vào viết quyển sách này thì làm bánh đã trở thành công việc rất quen thuộc, rất thân thiết, gần như một phần không thể thiếu trong lịch biểu hằng tuần của tôi. Quen thuộc đến mức nhiều khi không cần đến cân hay thìa để đong đếm mà chỉ ước lượng bằng mắt và dùng cảm giác cũng có thể tự xác định thế nào là đủ. Không còn lạ lẫm với các nguyên liệu hay thao tác để làm ra từng loại bánh. Ấy thế nhưng, con đường bánh trái dường như ngày càng dài hơn với vô vàn những thử thách mới và khó khăn hơn để chinh phục. Có lẽ một phần bởi bản tính thích khám phá và cứng đầu. "Bỏ cuộc" hay "đầu hàng" là những khái niệm hầu như không tồn tại trong tôi. Vì thế mà ngay cả trong những ngày phải chạy đua với thời gian để hoàn thành luận án, tôi vẫn tìm được một vài khoảng trống nho nhỏ trong lịch làm việc dày kín để lăn vào bếp và "làm thí nghiệm" với những công thức mới. "Thành tựu" gần đây nhất có lẽ là gần hai tuần ăn bánh mì thay cơm chỉ vì muốn tìm ra công thức bánh mì kiểu Việt Nam chuẩn, dễ làm theo và ít có khả

năng thất bại nhất. Nhưng nguyên nhân chính yếu nhất vẫn là tôi muốn giữ cho căn bếp cả thật lẫn "ảo" của mình luôn ấm. Nhất là khi ở nơi vẫn được coi là "ảo" kia, hằng ngày vẫn có hàng nghìn bạn bè ra vào thăm hỏi, chia sẻ và tìm cảm hứng mới để rồi tự làm "thí nghiệm" trong căn bếp của chính mình.

Sự hưởng ứng và đón nhận nhiệt tình của bạn đọc dành cho tập đầu tiên của *Nhật ký học làm bánh* là một điều không ngờ tới với tôi và cả ê kíp làm sách. Vui nhất có lẽ là khi đọc những chia sẻ của các bạn về sách, về công việc bếp núc, và về những niềm vui nho nhỏ có thể tìm thấy từ ngay trong căn bếp nhà mình: "... chị ơi, em chẳng bao giờ nghĩ là em làm được bánh đâu, thế mà giờ em có thể làm được bao nhiêu loại bánh ga-tô, bánh quy, cả bánh mì nữa, bánh nào ra lò đều được cả nhà xử lý hết sạch trơn nên không kịp chụp hình khoe chị"... Những dòng chia sẻ ấy làm tôi nhớ về khoảng thời gian trước khi đi học xa nhà: không biết làm gì và cũng chẳng muốn làm gì ngoài việc học. Tôi ở thời điểm ấy, có lẽ ngay cả trong mơ cũng không bao giờ tưởng tượng ra được tôi của hiện tại: có thể nấu ăn, có thể làm bánh. Thay vì chỉ làm chân lon ton rửa chén trong những buổi liên hoan thì đã có thể đóng góp món tráng miệng tự làm, từ su kem đến bánh kem cuộn mềm xốp, từ bánh quy đủ loại cho tới ga-tô nhiều tầng nếu là dịp quan trọng. Hay chỉ đơn giản là tự thỏa mãn cái dạ dày của mình. Nếu như tối đã muộn rồi mà bỗng thấy thèm cái gì đó thơm phức, ngọt ngào thì chẳng cần phải đợi đến sáng mai khi các cửa hàng làm việc, bởi chỉ cần đứng lên, đeo tạp dề, lăn vào bếp là sẽ có :-).

Có một điều mà có lẽ nhiều người vẫn cho là không thể, nhưng tôi thì tin rằng có, ấy là: "Ai cũng có thể làm bánh, và làm bánh ngon!" Ngại khoản tiền đầu tư lớn để mua mua dụng cụ hay nguyên liệu ư? Không đâu! Thật ra chỉ cần một cái thìa, một cái âu trộn (hoàn toàn có thể thay bằng nồi) và một cái nồi cơm điện hay nồi hấp cách thủy là bạn có thể làm bánh rồi. Ngại mình vụng về ư? Thật ra thì có một tí khéo tay sẽ tốt hơn, nhưng không có cũng chẳng sao cả (như tôi này, chẳng có cái hoa tay nào). Miễn là bạn kiên trì luyện tập và có tinh thần học hỏi, biết tìm hiểu nguyên nhân để có cách khắc phục mỗi khi mắc

sai sót. Thiên tài được tạo nên bởi 99% mồ hôi và nước mắt cơ mà!

Hơn ba năm chia sẻ tại www.savourydays.com, từ hàng chục nghìn phản hồi gửi về, tôi nhận ra một điều rằng đa phần chúng ta không chỉ nấu ăn cho mình, mà vào bếp chủ yếu vì muốn gia đình, bạn bè có đồ ăn sạch sẽ, đảm bảo. Chính tình cảm và mong muốn mang lại những món ăn ngon, chất lượng cho những người thân yêu ấy là hành trang duy nhất mà bạn cần khi bước chân vào con đường bơ bột trứng sữa này, cũng là thứ nguyên liệu thần kỳ giúp cho những món bánh của bạn luôn là ngon nhất, đẹp nhất, kể cả khi có hơi cho quá tay đường hay thành bánh có đôi chỗ hơi cháy sém.

Tiếp tục tinh thần của *Nhật ký học làm bánh* tập 1, cuốn sách này được viết với hy vọng có thể giúp bạn tiến bước trên hành trình bơ bột trứng sữa được thuận lợi và suôn sẻ hơn, làm sao tránh được nhiều nhất các "ổ voi" thất bại khiến cho chiếc bánh chứa đựng bao công sức lại từ lò nướng bay thẳng tới thùng rác. Và cũng mong rằng, những ghi chép từ quá trình tự học làm bánh của tôi sẽ giúp cho bạn có thêm quyết tâm "dấn thân" vào con đường này nếu vẫn còn đôi chút chần chừ, lưỡng lự, bởi:

Tất cả chúng ta , ai cũng có thể trở thành vua bánh. trong căn bếp của gia đình !

Thân mến
Linhtrang

Như một "cánh tay thứ ba", dụng cụ làm bánh là yếu tố quan trọng giúp người thợ làm nên những chiếc bánh ngon và đẹp. Dụng cụ tốt không chỉ cho bánh ngon mà còn giúp bạn hạn chế khả năng bánh hỏng. Mặc dù giá cả thường không rẻ, nhưng đồ làm bánh nhìn chung đều khá bền. Một chiếc khuôn bánh nếu giữ gìn cẩn thận có thể dùng đến cả chục năm, thậm chí lâu hơn. Cho nên, không nhất thiết phải là những món đồ đắt nhất, nhưng hãy cố gắng trang bị cho mình một bộ dụng cụ tốt nhất trong khả năng có thể.

· L Ò   N Ư Ớ N G ·

Để nướng bánh thì lò nướng cần có các đặc điểm cơ bản sau:

- Có đủ thanh nhiệt trên và dưới (thường gọi là lửa trên và dưới).

- Có thể điều chỉnh nhiệt độ (tối đa 250 - 300°C), thời gian và các chế độ nhiệt (lửa trên, lửa dưới, hai lửa).

- Dung tích tối thiểu 30 lít. Các lò dung tích lớn thường sẽ có nhiệt độ nướng ổn định hơn.

Vì nướng bánh cần đủ hai lửa nên đa số các lò vi sóng thông thường hay nồi thủy tinh,

nồi nướng không thể dùng để nướng bánh do thường chỉ có lửa trên hoặc lửa dưới.

· M Á Y   Đ Á N H   T R Ứ N G ·

Có hai loại máy đánh trứng thường dùng cho bếp gia đình:

- Máy đánh trứng cầm tay (hand mixer): thường đi kèm 2 que đánh trứng và 2 que xoắn để nhồi bột, đánh bơ lạnh cứng...

- Máy đánh trứng để bàn (stand mixer): kèm theo chân quay dẹt (đánh mềm bơ, trộn bột, đánh bông lòng đỏ trứng...), phới lồng (đánh bông kem tươi, trứng...) và chân quay xoắn (nhồi bột bánh mì...)

Ưu điểm của stand mixer là công suất lớn, tiết kiệm thời gian, có thể giúp nhào bột bánh mì, nhưng thường có giá thành cao hơn so với hand mixer. Nếu không có điều kiện đầu tư stand mixer thì một chiếc máy cầm tay công suất 350 - 500W cũng hoàn toàn đủ để làm ra những chiếc bánh ngon và đẹp.

· C Á C   D Ụ N G   C Ụ   C Â N   Đ O N G ·

1. Cân:

Làm bánh đòi hỏi sự chính xác gần như tuyệt đối về định lượng của các nguyên liệu sử dụng, nên cân là vật dụng không thể thiếu. Nên chọn cân có mức chia nhỏ, tốt nhất là cân điện tử có thể đong đến 1 gram hoặc 0.1 gram.

2. Bộ thìa đong theo đơn vị teaspoon (thìa café), tablespoon (thìa canh):

Trong nhiều công thức làm bánh, với các nguyên liệu có lượng nhỏ (ví dụ: bột nở, va-ni...) thì đơn vị đong thường dùng là 1, 1/2, 1/4, 1/8 teaspoon (thìa café) hoặc tablespoon (thìa canh) chứ không chuyển ra gram hay ml. Bản thân teaspoon và tablespoon cũng là đơn vị đong tiêu chuẩn, và có bộ thìa riêng để đong theo các đơn vị này.

- C U P (C Ố C Đ O N G) -

theo đơn vị cup/oz

Đây là các ca lớn có chia vạch để đong chất lỏng. Ngoài việc đong chất lỏng thì cốc dạng này cũng rất có ích khi các bạn làm bánh theo các công thức của Mỹ, thường hay sử dụng đơn vị cup hoặc oz thay cho gram, ml...

- Â U T R Ộ N B Ộ T -

Về chất liệu âu trộn bột, nên chọn âu kim loại (inox, đồng) hay âu thủy tinh vì độ bền cao, chịu nhiệt cao và có thể rửa sạch hơn so với âu nhựa hoặc âu gỗ.

Về kích thước, nên chọn âu lớn và thành cao, khi đánh chất lỏng như kem tươi sẽ hạn chế bị bắn ra ngoài. Âu cao khoảng 15 - 20 cm, đường kính miệng khoảng 20 - 30 cm là vừa.

- R Â Y B Ộ T -

Các nguyên liệu như bột, đường (đặc biệt là đường icing hay đường bột)... đều cần rây một hoặc nhiều lần để loại bỏ hoàn toàn các vụn bột bị vón. Nên chọn rây bột có khe hoặc lỗ rây nhỏ.

- C Á C L O Ạ I T H Ì A, P H Ớ I T R Ộ N -

1. Phới trộn bột:

Phới trộn bột thường có hình dạng giống chiếc xẻng, chất liệu có thể là nhựa hoặc silicon. Phới mềm không chỉ giúp trộn bột mà còn giúp vét thành và đáy âu sạch và gọn hơn.

2. Thìa gỗ:

Không thật sự bắt buộc nhưng sẽ rất tiện khi nấu các loại sốt, kem, quấy bột làm bánh su, quấy các nguyên liệu trước khi nhồi bột làm bánh mì.

3. Phới lồng cầm tay:

Mặc dù có máy đánh trứng rồi nhưng phới lồng cầm tay vẫn là dụng cụ không thể thiếu khi làm bánh, dùng để trộn nguyên liệu, đặc biệt là các loại nguyên liệu bông nhẹ như kem tươi, trứng đánh bông...

- C Á C L O Ạ I K H U Ô N & K H A Y N Ư Ớ N G -

1. Khuôn Muffin/Cupcake:

Muffin và Cupcake tuy là hai loại bánh khác nhau nhưng có hình dạng giống nhau (hình chiếc cốc – cup) nên hoàn toàn có thể nướng từ cùng một loại khuôn. Vì lý do này mà đôi khi đi mua khuôn các bạn

có thể không tìm thấy khuôn có tên là "khuôn Cupcake" nhưng lại thấy rất nhiều mặt hàng được dán mác "khuôn Muffin". Khuôn Muffin/ Cupcake có thể ở dạng khay liền với nhiều lỗ hoặc các khuôn rời, chất liệu phổ biến là bằng kim loại hoặc silicon. Khuôn silicon có ưu điểm là sạch sẽ, chống dính tốt và tiết kiệm chỗ (vì có thể gấp hoặc ép lại để cất đi), nhưng giá thành có thể cao hơn.

Về kích thước, thường có hai loại khuôn Cupcake: khuôn cỡ mini (đường kính miệng khoảng 3 cm, cao 2 - 3 cm) và khuôn cỡ vừa (đường kính miệng khoảng 5 cm, cao 3 - 4 cm). Khuôn Muffin có thể to hơn, đường kính miệng 7 - 8 cm hoặc thậm chí 10 cm. Với lò nướng gia đình, có thể chọn mua một khay Muffin/Cupcake cỡ vừa với 12 lỗ, hoặc khay Muffin/Cupcake cỡ nhỏ với 24 lỗ.

2. Khuôn bánh ngọt (cake pan & spring form pan):

Khuôn bánh ngọt (cake pan) là tên gọi chung cho các loại khuôn dành cho các loại bánh bông lan và bánh ga-tô (gateau). Khuôn bánh ngọt có rất nhiều kích thước và hình dáng khác nhau. Tùy theo nhu cầu sử dụng mà các bạn có thể mua 1 đến 2 khuôn tròn (kích thước 18 - 20 cm) và 1 khuôn vuông (kích thước 20 x 20 cm). Khuôn đáy rời (spring form pan) thường đắt hơn khuôn đáy liền, nhưng có nhiều ưu điểm hơn hẳn. Bên cạnh việc lấy bánh ra dễ hơn thì có thể dùng để làm một số loại bánh như mousse hay cheesecake.

3. Khuôn tube:

Đúng như tên gọi (tube: ống), đây là khuôn có các ống ở giữa, mục đích để nhiệt có thể phân bổ vào tận bên trong bánh, giúp bánh nở đều hơn. Khuôn tube có nhiều loại với nhiều hình dáng khuôn khác nhau, hai loại phổ biến nhất là Angel Food Cake Pan và Bunt Pan.

4. Khuôn bánh mì (Loaf pan):

Khuôn bánh mì dành cho các loại bánh mì nhanh (như bánh mì chuối, bánh mì dừa...), bánh mì gối hoặc *Pound cake*. Tùy theo yêu cầu sử dụng của gia đình mà các bạn có thể chọn mua 1 khuôn to (ví dụ: 23 x 13 x 6 cm) hoặc 1, 2 khuôn nhỏ hơn.

5. Khuôn Pie/Tart:

Khuôn để làm các bánh dạng Pie/Tart. Khuôn Pie có hình dạng thông thường giống chiếc đĩa tròn, thành thấp. Khuôn Pie truyền thống thường có đường kính miệng khuôn khoảng 23 cm và cao 3 - 4 cm. Thành khuôn đôi khi có thể có viền lượn sóng. Khuôn Tart khác khuôn Pie ở điểm là đáy rời và phần viền khuôn thường là viền lượn sóng, thành khuôn cũng thấp hơn khuôn Pie một chút. Bên cạnh các khuôn Tart tròn, còn có các khuôn Tart với hình dáng khác như vuông, tam giác...

6. Khay nướng chữ nhật:

Các khay nướng này sẽ giúp bạn nướng các loại bánh quy, su kem, cốt bánh ga-tô cuộn hay để rang các loại hạt dễ dàng hơn. Hoặc cũng có thể sử dụng các khay này đựng nước để nướng cách thủy với các loại bánh như flan hay cheesecake. Không nên sử dụng khay nướng (màu đen) đi kèm lò vì các khay này tiếp xúc trực tiếp với thành lò nên nhiệt độ sẽ thiếu ổn định hơn, dễ làm cháy phần đế bánh. Khi chọn khay, nên lưu ý kích thước sao cho khay vừa với lò.

7. Mousse ring:

Là các loại vòng tròn hay khuôn tròn không có đáy, để làm các loại bánh như mousse, tiramisu... (sau khi bánh đông lại, gỡ khuôn hay rút phần vòng tròn ra sẽ dễ hơn). Mousse ring có nhiều kích thước, từ loại nhỏ đường kính 5 - 10 cm đến các loại lớn hơn, đường kính 18 - 23 cm.

- GIẤY NẾN & TẤM NƯỚNG CHỐNG DÍNH -

non-stick baking mat

Tấm nướng chống dính là một dụng cụ hữu ích và sẽ giúp bạn tiết kiệm được rất nhiều "sức lực" khi làm các loại bánh như bánh quy. Thay vì chống dính khay nướng thì bạn chỉ cần sử dụng tấm nướng chống dính này. Các tấm nướng này thường được làm từ silicon, một trong những loại phổ biến nhất là silpat.

Giấy nến cũng là một công cụ hỗ trợ đắc lực cho những người làm bánh, không chỉ dùng để lót chống dính khay khi làm bánh quy như tấm nướng chống dính, mà còn có thể lót đáy khuôn, thành khuôn...

- NHIỆT KẾ -

Có hai thứ nhiệt kế cần có khi làm bánh là nhiệt kế lò và nhiệt kế kẹo.

Nhiệt kế lò giúp bạn biết chính xác nhiệt độ trong lò là bao nhiêu. Nhiều lò nướng gia đình có nhiệt độ không chính xác, có thể thấp hoặc cao hơn nhiệt độ điều chỉnh bên ngoài cả chục độ C nên có một chiếc nhiệt kế là cần thiết.

Nhiệt kế kẹo dùng để đo nhiệt độ của nguyên liệu, đặc biệt là các loại nguyên liệu nóng như các loại xốt, đường nóng chảy...

- CÂY CÁN BỘT (ROLLING PIN) -

Để cán bột khi làm một số loại bánh như bánh quy, bánh mì...

- VỈ LƯỚI (COOKING RACK) -

Các loại rack hay vỉ lưới này để đặt bánh sau khi nướng, giúp hơi nước thoát ra dễ dàng và bánh khô ráo nhanh chóng, không bị hấp hơi.

- DỤNG CỤ TRANG TRÍ BÁNH -

Túi bắt kem (thường có hình tam giác) và các đui bắt kem là dụng cụ cần thiết khi bạn muốn làm cho những chiếc bánh của mình bắt mắt và "điệu đà" hơn. Tùy theo nhu cầu sử dụng mà với mỗi loại đui, các bạn có thể sắm 1, 2 chiếc để tiện thay đổi nếu sử dụng nhiều loại kem khác nhau.

Ngoài ra, dao răng cưa, cây chà láng và bàn xoay là các dụng cụ cần thiết khác để trang trí những chiếc bánh kem to.

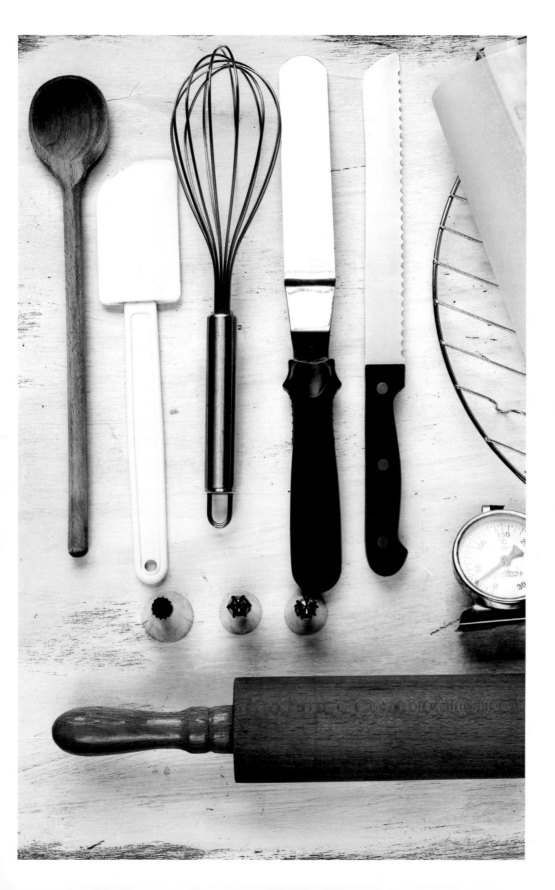

·LƯU Ý CHUNG·

·VỀ CÔNG THỨC TRONG SÁCH·

1. Làm bánh đòi hỏi các nguyên liệu cần được cân đo chính xác. Có nhiều cách để cân đo nguyên liệu nhưng phương pháp sử dụng cân và hệ đo lường theo gram vẫn phổ biến và được ưa chuộng hơn cả. Chính vì vậy nên tất cả các nguyên liệu trong sách đều được đo với đơn vị gram, kể cả chất lỏng như nước, sữa, dầu ăn, kem tươi...

2. Nếu không có ghi chú khác, sữa dùng trong công thức được mặc định là sữa tươi không đường.

3. Nếu không có ghi chú khác, bơ dùng trong công thức là bơ động vật và không có muối (thường gọi là bơ nhạt). Bơ động vật cho sản phẩm mùi vị thơm ngon hơn so với bơ thực vật. Nếu dùng loại có muối, cần giảm bớt lượng muối trong công thức.

4. Trứng dùng trong công thức là trứng gà, trọng lượng 50 - 55 g/quả không tính vỏ,

hoặc 60 - 65 g/quả tính cả vỏ.

5. Các nguyên liệu (trứng, sữa, bơ...) luôn ở nhiệt độ phòng khi dùng, trừ phi trong công thức có chỉ dẫn khác.

6. Nếu không có ghi chú khác, kem tươi sử dụng trong công thức có hàm lượng béo trong khoảng 35 đến 40% (whipping cream).

7. Các nguyên liệu dạng hạt mịn như bột mì, bột ngô, đường, muối, bột nở, muối nở... luôn cần được rây mịn trước khi sử dụng.

8. Các nguyên liệu có lượng nhỏ có thể được đong bằng thìa. Tỉ lệ quy đổi cụ thể:
- 1 thìa café (1 teaspoon) = 5 ml chất lỏng hoặc 5 g (nguyên liệu hạt mịn nhỏ như bột).
- 1 thìa canh (1 tablespoon) = 15 ml chất lỏng hoặc 15 g (nguyên liệu hạt mịn nhỏ như bột).

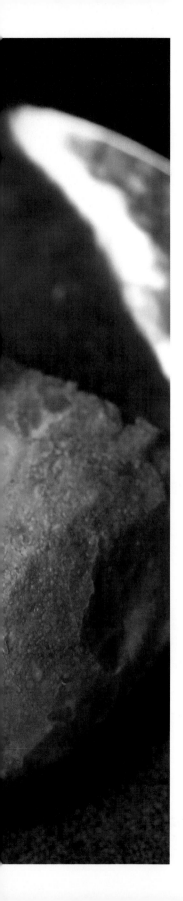

CHƯƠNG 1

BÁNH MÌ

-BÁNH MÌ-

BÁNH MÌ GỐI MỀM
SOFT SANDWICH LOAF

BÁNH MÌ ỐC QUẾ
NHÂN KEM TRỨNG
BÁNH MÌ TỔ CÚT
CINNAMON ROLL

MILK BUN
DINNER ROLL

HOT DOG BUN

BÁNH MÌ CHÀ BÔNG

BÁNH MÌ KEM TƯƠI
-HOKKAIDO-

PAPPA J ROTI

Ngược lại hoàn toàn với sự phấn chấn và háo hức khi làm chiếc bánh ngọt đầu tiên, tôi bắt tay làm quen với bánh mì trong sự dè chừng và cực kỳ thận trọng. Hai chữ "bánh mì" luôn vẽ ra trong đầu tôi hàng loạt những cảnh tượng rất không phù hợp với phái đẹp như là còng lưng nghiến răng vận hết nội công để nhồi bột. Nhồi bột hết hơi xong lại hì hục đập bột uỳnh uỳnh. Mà làm bánh mì cũng có nhiều công đoạn, cảm giác như nhiều gấp đôi, gấp ba lần bánh ngọt ấy. Nghĩ đến chuyện buổi sáng có bánh mì nóng hổi từ lò ra để ăn thì cũng thích, nhưng cứ đọc công thức với mấy lần nhồi bột, mấy lần ủ bột, có khi sau một, hai ngày mới làm xong được chiếc bánh thì bao nhiêu dũng khí cứ tự tiêu tan hết cả.

Thế nhưng rồi tôi cũng thu được đủ can đảm để thử nghiệm tất cả những khâu nhồi, đập, ủ... kia. Chiếc bánh đầu tiên được làm với rất nhiều lóng ngóng nhưng kết quả thì trên cả tuyệt vời! Có quá nhiều điều tuyệt diệu mà nếu không bắt tay vào học làm bánh mì, tôi sẽ chẳng bao giờ biết được. Chẳng hạn như mùi bánh mì nướng.

Ừ thì mùi bánh mì nướng đúng là chẳng có gì lạ, ở quầy bánh nơi nào cũng có. Như ở nơi tôi sống thì chẳng cần ra cửa hàng bánh, cứ vào siêu thị tầm sáng sớm là có khi cũng được hít hà no bụng mùi thơm ngọt ngào ấm áp ấy. Nhưng mùi bánh mì nướng trong căn bếp của nhà mình thì khác lắm nhé. Nhất là nếu như bạn chỉ có một mình trong căn bếp nhỏ. Đây là lần đầu tiên bạn thử làm bánh mì. Bạn rất hồi hộp. Bạn muốn tập trung đọc quyển sách trên tay nhưng mắt thì lại chẳng rời nổi lò nướng, và trong đầu thì thầm niệm thần chú:

"Bánh ơi, nở đi mà..."

Thế rồi bỗng nhiên, bạn thấy tràn ngập không gian một mùi hương vô cùng dễ chịu. Nó không quyến rũ và kiểu cách như mùi của ga-tô va-ni hay sô-cô-la mà bạn từ lâu đã quen thuộc. Nó giản dị mộc mạc, nhưng lại khiến cho bao nhiêu lo lắng, thấp thỏm của bạn về chiếc bánh mì đầu tay tan biến hết. Thậm chí đến cả cái lạnh đầu đông cũng chẳng còn... Và trong khi bạn tận hưởng mùi thơm kỳ diệu ấy thì trong lò, chiếc bánh cũng đang dần phồng căng tròn trĩnh...

Học làm bánh mì, tôi như được chu du trong một thế giới mới – thế giới của loại bánh mà vốn trước đó tôi chẳng hề để tâm. Khi còn ở Việt Nam, bánh mì với tôi là những chiếc bánh vỏ giòn đựng trong thúng nan được che bởi miếng vải dày, giòn rụm, ruột mềm trắng xốp, kẹp trứng ốp la hay chấm sữa đặc Ông Thọ thì không gì bằng. Rồi khi có thêm nhiều cửa hàng bánh Âu, tôi "quen" thêm bánh mì Baguette dài ngoằng, bánh mì mềm vỏ vàng bóng rắc thêm ít vừng để làm món bánh mì kẹp thịt, rồi bánh mì ngọt với nhân sữa trứng. Bánh mì hồi ấy với tôi chỉ có hai loại: loại vỏ giòn cứng không ngọt và vỏ mềm thơm (có) ngọt. Bắt tay vào làm bánh mì, tôi mới biết bánh mì hóa ra là cả một chủ đề vô tận, trải dài từ những chiếc bánh Bagel đặc ruột hay Brioche đậm vị bơ mà người Mỹ rất yêu thích, đến những chiếc Pizza, Focaccia hay Ciabatta vỏ mỏng giòn tan, ruột xốp đầy những lỗ rỗng to nhỏ của người Ý. Bánh mì hóa ra không phải chỉ có một loại ruột mềm trắng xốp, mà có cả những loại bánh ruột đen làm từ đại mạch, những bánh chặt kín cơ

man là hạt bí, óc chó, hồ đào...

Cứ thế, tôi mê mải trong thế giới mới mang tên Bánh Mì và tự học bắt đầu từ những thứ cơ bản nhất như cách phân biệt các loại bột làm bánh mì, các loại men, nhồi bột thế nào cho đúng, ủ bột sao cho đủ, tạo hình thế nào, nướng ra sao để bánh ra lò được đẹp. Làm bánh mì tuy hơi mất thời gian nhưng thực ra nếu so với nhiều loại bánh ga-tô kem thì không hề lâu hơn, bởi bạn hoàn toàn có thể tận dụng thời gian đợi ủ bột bánh để làm những việc khác. Sau khi làm bánh mì rồi, tôi cũng không còn nỗi sợ "chuột nổi lên bắp tay" vì đập bột và nhồi bột nữa. Vì thực ra chỉ cần nắm được kỹ thuật và làm đúng cách thì rất nhẹ nhàng và đơn giản. Trong khi đó, phần thưởng cho việc tự làm bánh mì tại nhà lại cực kỳ lớn. Còn gì thích hơn khi buổi sáng cả nhà cùng quây quần bên chiếc bàn ăn với một rổ bánh mì nóng hổi, hay bữa tối đủ chất với những chiếc Pizza vỏ giòn thơm phức mùi pho-mát mới được nướng chảy dẻo quẹo, hoặc một bữa ăn nhẹ lúc xế chiều với những chiếc bánh mì ngọt nhỏ xíu thêm ít ruốc và xốt trứng mằn mặn. Tôi dám chắc hương vị của bữa ăn sẽ tuyệt hơn rất nhiều nếu những chiếc bánh ấy được làm từ chính bàn tay ta, với nguyên liệu bí mật là rất nhiều yêu thương.

CÁC BƯỚC CHÍNH
ĐỂ LÀM BÁNH MÌ

ánh mì có thể được tạo nên chỉ với ba nguyên liệu đơn giản nhất là bột mì, nước và men. Như đã giới thiệu ở cuốn đầu của Nhật ký học làm bánh, trong thành phần của bột lúa mì dùng để làm bánh có chứa protein. Protein này ở dạng khô thì "yên ổn", nhưng khi gặp nước sẽ chuyển hóa thành các sợi gluten. Trải qua quá trình nhào trộn, các sợi gluten này trở nên chắc khỏe hơn và liên kết với nhau tạo thành một mạng lưới với rất nhiều lỗ nhỏ, bên trong có chứa hơi khí. Khi bột được đưa vào lò nướng, nhiệt độ cao trong lò sẽ làm cho hơi khí này phát triển, giúp bánh nở phồng. Đồng thời nhiệt độ cao cũng làm cho các sợi gluten cứng lại, tạo ra thớ bánh. Kết quả là sau một quá trình "tôi luyện" trong lò, từ hỗn hợp bột ban đầu, ta sẽ có chiếc bánh phồng căng, cứng cáp, với phần ruột là thớ bánh mềm mịn với rất nhiều lỗ khí.

Nếu như với hầu hết các loại bánh ngọt, hơi khí giúp bánh nở được tạo ra nhờ hoạt động của các chất hóa học như bột nở (baking powder) hay muối nở (baking soda), thì với bánh mì, hơi khí này được sinh ra nhờ hoạt động của men nở (yeast) – một loại vi sinh vật mà chúng ta sẽ làm quen kỹ hơn trong phần về nguyên liệu. Hoạt động của men nở cùng sự hình thành và phát triển của gluten là hai yếu tố quan trọng nhất khi làm bánh mì. Men hoạt động tốt sẽ không chỉ tạo ra hơi khí giúp cho bánh nở mà còn giúp mang lại hương vị thơm ngon cho bánh. Còn gluten vừa có tác dụng tạo ra lớp màng để giữ các hơi khí này lại, vừa tạo ra thớ bánh và kết cấu của bánh. Chính vì vậy nên các bước để làm bánh mì cũng xoay quanh hai mục đích chính là kiểm soát hoạt động của men và sự hình thành của gluten.

Nhìn chung, để làm ra một chiếc bánh mì, chúng ta sẽ cần thực hiện các bước cơ bản sau:

1. Chuẩn bị và cân đong nguyên liệu
2. Lên men trước (lên men chậm – pre-fermented)
3. Trộn và nhồi bột
4. Ủ bột lần thứ nhất
5. Để bột nghỉ và tạo hình
6. Ủ bột lần thứ hai
7. Rạch và phết mặt bánh
8. Nướng bánh
9. Để nguội và bảo quản

- C H U Ẩ N   B Ị   V À   C Â N   Đ O N G   N G U Y Ê N   L I Ệ U -

Ba nguyên liệu cơ bản và quan trọng nhất với bánh mì là bột mì, men nở và nước. Ngoài ra, để làm các loại bánh mì ngọt mềm, chúng ta có thể sẽ cần dùng thêm trứng, sữa và các chất béo như bơ, dầu ăn, shortening... Mỗi loại nguyên liệu đều có vai trò riêng, không chỉ giúp tăng thêm mùi vị của bánh mà còn có ảnh hưởng đến sự phát triển của gluten, đến hoạt động của men... Vì vậy nên việc sử dụng các loại nguyên liệu này trong làm bánh mì cũng cần tuân theo một vài quy tắc và chú ý, cụ thể là:

- B Ộ T   M Ì -

Dùng đúng loại bột mà công thức yêu cầu. Bột để làm bánh mì (breadflour) thường có hàm lượng protein khá cao (trong khoảng 11 - 12.5%). Protein cao sẽ giúp hình thành các sợi gluten dẻo dai và cứng cáp hơn. Nếu không có bột bánh mì, bạn có thể dùng bột mì đa dụng (all purpose flour) để thay thế, nhưng vì bột mì đa dụng có thành phần protein thấp hơn bột làm bánh mì nên thớ bánh được làm từ bột mì đa dụng sẽ kém dai hơn so với thớ bánh được làm từ bột bánh mì.

- CHẤT LỎNG (NƯỚC, SỮA) -

Chất lỏng như nước và sữa có vai trò rất quan trọng trong làm bánh mì, không chỉ giúp thúc đẩy sự hình thành gluten mà còn có tác dụng kích hoạt men nở. Ngoài ra, khi nướng bánh, một phần nước bốc hơi sẽ tạo ra các luồng khí hỗ trợ bánh nở. Vì vậy mà quy tắc chung khi làm bánh mì là bột bánh có độ ẩm cao, hay lượng chất lỏng lớn sẽ cho bánh ngon hơn với ruột bánh ẩm và nở xốp hơn (do lượng khí sinh ra từ nước bay hơi nhiều hơn).

Thông thường, với bột mì có hàm lượng protein khoảng 11 - 12.5% thì lượng chất lỏng cần sử dụng sẽ dao động trong khoảng 50 - 65% so với lượng bột. Tức là cứ 100 gram bột thì sẽ cần khoảng 50 đến 65 gram nước (hoặc sữa hay các chất lỏng khác). Một số loại bánh có thể yêu cầu lượng chất lỏng cao hơn, chiếm khoảng 70 - 80% lượng bột. Những loại bánh này thường sẽ có phần ruột ẩm với nhiều lỗ khí lớn, và mùi vị cũng thơm ngon hơn. Nhưng bù lại, bột bánh mì có lượng chất lỏng lớn thường rất ướt, dính và khó nhào trộn. Vì vậy, nếu bạn chưa có nhiều kinh nghiệm làm bánh mì, nên chọn những công thức bánh có lượng chất lỏng vừa phải để thao tác dễ dàng hơn khi làm bánh.

Ngoài ra, cần lưu ý là lượng nước sử dụng trong thực tế có thể sẽ không hoàn toàn giống với lượng nước ghi trong công thức vì phụ thuộc vào nhiều yếu tố khác nhau như:

• Hàm lượng protein/gluten trong bột: bột có hàm lượng protein hay gluten càng cao thì càng cần nhiều nước.

• Độ cũ mới của bột: bột cũ thường hút nước nhiều hơn so với bột mới.

• Ngoài ra, các loại bột do các hãng khác nhau sản xuất cũng có khả năng hấp thụ nước khác nhau.

Vì vậy nên khi làm cần linh hoạt tự điều chỉnh lượng nước cho phù hợp với loại bột sử dụng. Nếu bạn chưa có nhiều kinh nghiệm làm bánh mì, một cách tốt là chỉ dùng khoảng 90% lượng nước ghi trong công thức rồi từ từ thêm nước trong quá trình nhào trộn nếu cảm thấy khối bột quá khô. Thông thường, bột có đủ hoặc hơi nhiều nước sẽ nhão và dẻo, nhồi bằng tay tương đối nhẹ nhàng và dễ. Ngược lại, nếu bột khô, khi nhồi sẽ có cảm giác khối bột cứng và nặng tay, làm rất vất vả.

- M E N   N Ở   (Y E A S T) -

Khác với bột nở hay muối nở thường được dùng trong làm bánh ngọt, men dùng để làm bánh mì là một loại vi sinh vật sống. Khi tiếp xúc với nước, men sẽ bắt đầu hoạt động, "ăn" chất ngọt trong bột mì và tiết ra một số loại enzym thúc đẩy quá trình lên men trong bột bánh mì, tạo ra khí CO_2 cùng hơi rượu. Rượu giúp tạo nên mùi vị cho bánh còn hơi khí giúp cho bánh nở khi nướng. Cả mùi rượu và khí CO_2 sẽ đều bay hơi hết khi bánh được nướng chín.

Vì là vi sinh vật sống nên men có phản ứng với nhiệt độ, cụ thể:
• Từ 0 đến 14°C: men hầu như không hoạt động
• Từ 15 đến 20°C: men hoạt động rất yếu, chậm
• Từ 20 đến 37°C: men hoạt động tốt nhất
• Từ 38 đến 59°C: men phản ứng chậm do nhiệt độ quá cao
• Trên 60°C: men chết

Có nhiều loại men khác nhau, nhưng ba loại thường dùng nhất để làm bánh mì là:
• **Men tươi** (Fresh yeast/Compressed yeast): men ẩm, đóng thành khối, bảo quản trong tủ lạnh.
• **Men khô** (Active dry yeast): dạng hạt thô, to, màu nâu. Men khô luôn cần được kích hoạt trước khi sử dụng, bằng cách trộn men với nước ấm (32 đến 38°C).
• **Men instant** (Instant yeast/instant dry yeast/rapid rise/quick rise

yeast): cũng là men khô, hạt mịn, màu nâu nhưng men instant không cần phải kích hoạt, có thể trộn thẳng với bột. Men instant giúp tạo ra nhiều hơi khí hơn men khô, cho nên với cùng một lượng bột thì lượng men instant cần thiết sẽ ít hơn là men khô.

Vì hoạt động của mỗi loại men khác nhau nên khi dùng cần lưu ý chọn đúng loại mà công thức yêu cầu. Nếu dùng men loại khác, cần quy đổi theo tỉ lệ phù hợp, cụ thể:

• Nhân lượng men tươi với 0.5 để có lượng men khô tương đương. Ví dụ: công thức yêu cầu 10 gram men tươi, thì nếu thay bằng men khô, lượng men cần dùng sẽ là: 10 x 0.5 = 5 gram.

• Nhân lượng men tươi với 0.35 để có lượng men instant tương đương. Ví dụ: công thức yêu cầu 10 gram men tươi, thì nếu thay bằng men instant, lượng men cần dùng sẽ là 10 x 0.35 = 3.5 gram.

• Tỉ lệ quy đổi men khô: men instant là: 1 gram men khô = 0.7 gram men instant.

Hai tác dụng chính của men nở là giúp sinh ra hơi khí hỗ trợ bánh nở và tạo mùi vị cho bánh. Nhưng cũng như bột nở, việc sử dụng men với định lượng bao nhiêu phải tùy theo yêu cầu riêng của từng loại bánh. Cần lưu ý là không phải càng cho nhiều men thì bánh sẽ càng nở to vì thực tế kết quả có thể ngược lại. Khi men quá nhiều so với bột và hoạt động quá "hăng say" có thể sẽ sinh ra nhiều hơi rượu, hơi khí và làm cho bột chua hơn bình thường. Vì có quá nhiều hơi khí trong bột nên khi nướng bánh sẽ nở rất nhanh trong khi các sợi gluten (thớ bánh) chưa kịp cứng lại. Hậu quả là bánh có thể sẽ xẹp ngay từ trong lò.

Ngoài lưu ý về định lượng, khi dùng men làm bánh mì cần chọn loại men mới (vì men là vi sinh vật nên các loại men cũ, hoặc quá hạn sử dụng sẽ hoạt động yếu hơn hoặc đã chết) và bảo quản men ở nơi khô ráo, thoáng mát.

Loại men đơn giản và thường dùng nhất trong các bếp gia đình là men instant. Tuy men instant không cần kích hoạt như men khô nhưng để chắc chắn là men tốt, các bạn có thể kích hoạt bằng cách pha men với nước ấm (32 đến 38°C) rồi để khoảng 10 phút. Nếu men tốt sẽ nở bung và tạo mảng hơi giống như gạch cua. Nước dùng để kích hoạt men thường là một phần nước (hoặc sữa...) trong công thức, sau khi kích hoạt xong thì nhào trộn cùng với các nguyên liệu khác. Nhiệt độ của nước không được quá nóng vì sẽ làm chết men, và không nên quá lạnh vì sẽ làm chậm quá trình kích hoạt men. Ngoài nhiệt độ nước thì một chút đường sẽ giúp men kích hoạt nhanh hơn. Nếu trong công thức có sử dụng đường thì lấy một phần đường này với nước để kích hoạt men. Nếu men không nở thì có thể do bản thân men đã bị hỏng hoặc do nước quá nóng làm chết men, nên bỏ đi và làm lại.

-MUỐI-

Muối cũng là một nguyên liệu quan trọng trong làm bánh mì, không chỉ giúp tăng hương vị cho bánh mà còn có hai vai trò rất quan trọng khác. Đầu tiên là muối giúp mạng gluten chắc khỏe và dẻo dai hơn. Hai là muối làm chậm hoạt động của men. Điều này nghe qua thì tưởng không tốt nhưng thực ra lại rất quan trọng và có ích, vì nếu không có muối, men hoạt động quá nhanh sẽ làm bột nở nhanh, gluten bị kéo dãn quá nhanh, ảnh hưởng đến độ dai và bền chắc của thớ bánh. Tuy nhiên, vì muối là "khắc tinh" của men nên khi trộn nguyên liệu cần tránh để men tiếp xúc trực tiếp với muối. Có thể trộn men hoặc muối trước với bột hoặc chất lỏng rồi mới cho thứ còn lại.

Ngoài các nguyên liệu kể trên thì khi làm bánh mì, đặc biệt là các loại thuộc nhóm bánh mì ngọt béo, có thể sẽ cần thêm đường, trứng, sữa và các sản phẩm khác từ sữa như buttermilk (sữa lên men), sữa chua... Lưu ý chung về các loại nguyên liệu này tuân theo chỉ dẫn ở đầu sách. Riêng với các loại chất béo (dầu ăn, bơ, magarine, shortening): khi nhồi bột, nên cho các chất này vào sau khi đã nhào bột khoảng 8 đến 10 phút. Vì các chất béo có khả năng "cắt đứt" các sợi gluten và ngăn cản quá trình hình thành mạng gluten trong bột nên cho chất béo vào sau sẽ giúp gluten hình thành và phát triển tốt hơn, ruột bánh sẽ dai và bánh cũng nở tốt hơn.

II

- L Ê N   M E N   T R Ư Ớ C   (L Ê N   M E N   C H Ậ M) -

Lên men trước (tạm dịch từ thuật ngữ tiếng Anh pre-fermented) là một cách kéo dài quá trình lên men của bột mì, bằng cách nhào trộn một phần nguyên liệu trước, để phần nguyên liệu này lên men trong một khoảng thời gian (có thể từ vài giờ đến hai, ba ngày). Phần nguyên liệu này sau đó sẽ được trộn cùng với các nguyên liệu còn lại để làm bánh như bình thường.

Việc lên men chậm theo cách này sẽ giúp cho gluten hình thành tốt hơn, dẻo dai hơn và đặc biệt là kéo dài hoạt động của men, tạo hương vị thơm ngon cho bột bánh. Vì vậy mà mặc dù phương pháp này thường đòi hỏi nhiều thời gian và động tác chuẩn bị hơn nhưng lại là phương pháp được rất nhiều người yêu thích và sử dụng, đặc biệt là các thợ làm bánh mì chuyên nghiệp.

Có nhiều cách khác nhau để chuẩn bị bột cái hay lên men chậm. Tuy về cơ bản đều là nhào trộn một phần nguyên liệu trước, nhưng tùy theo tỉ lệ của các loại nguyên liệu và thời gian ủ chậm mà có tên gọi khác nhau như: men biga, levain, bột cái (mother starter), bột chua (sourdough starter)... Tuy nhiên, trong phạm vi của cuốn sách này, tôi sẽ không đề cập cụ thể từng phương pháp mà thay vào đó, giới thiệu cách làm cụ thể trong phần công thức.

Một điểm cần lưu ý nữa là mặc dù phương pháp lên men chậm này giúp bánh có mùi vị ngon hơn nhưng không phải là phần bắt buộc cần làm, đặc biệt với các loại bánh mì có sử dụng thêm các nguyên liệu như đường, sữa, trứng, bơ... Những nguyên liệu này đã giúp tạo nên hương vị của bánh rồi nên việc ủ chậm không thật sự quan trọng nữa.

III

- T R Ộ N   V À   N H Ồ I   B Ộ T -

Mục đích chính của việc trộn và nhồi bột là giúp cho các nguyên liệu hòa quyện, hình thành gluten và "khởi động" hoạt động của men trong khối bột. Ngoài ra, việc nhồi bột (hay nhào bột) cũng là một cách "tập thể dục" cho các sợi gluten, để các sợi gluten trở nên dẻo dai và chắc chắn hơn. Sợi gluten khỏe sẽ giúp giữ lại các hơi khí bên trong bột (giúp bánh nở khi nướng), đồng thời tạo ra các thớ bánh dai cho sản phẩm bánh sau này.

Có nhiều cách nhồi bột khác nhau: nhồi bằng tay, bằng máy trộn (*mixer*), máy làm bánh mì hay kết hợp các phương pháp. Mỗi cách nhồi bột đều có ưu điểm và nhược điểm riêng nên điều quan trọng nhất là chúng ta cần nắm được đặc điểm và những ưu nhược này để có thể sử dụng các phương pháp một cách hiệu quả và đúng nhất.

* Nhồi bột bằng máy:

Có thể nhồi bột bằng các máy trộn bột (máy đánh trứng) loại để bàn hay cầm tay (dùng que xoắn), máy làm bánh mì, hay máy xay cắt thực phẩm (food processor). Ưu điểm của việc dùng máy là tiết kiệm thời gian và cả sức lực, nhất là khi khối bột lớn và có độ ẩm cao nên dính và khó nhồi bằng tay. Nhưng sử dụng máy nhồi bột cũng có hai nhược điểm lớn. Nhược điểm thứ nhất là hoạt động của máy sẽ khiến cho nhiệt độ của bột tăng khá nhanh. Nhiệt độ cao gây ảnh hưởng đến hoạt động của men, làm sinh ra một số chất làm giảm hương vị của bánh, khiến cho bánh sau khi nướng kém thơm ngon hoặc có thể có mùi vị lạ. Nhược điểm thứ hai là máy có thể nhồi bột nhiều hơn so với mức cần thiết (overmix), khiến sợi gluten bị đứt hoặc yếu, mất đi độ đàn hồi. Khối bột bị nhồi quá nhiều thường nhão, hơi ướt dính và khá lổn nhổn. Bột trong trường hợp này thường phải bỏ đi.

Khi dùng máy, tùy vào công suất của máy và lượng bột cần nhồi mà thời gian và tốc độ nhồi sẽ thay đổi. Thông thường, có thể bắt đầu ở tốc độ thấp trong 1 đến 2 phút đầu rồi tăng dần lên tốc độ vừa. Không nên nhồi với tốc

OVERMIXED
DOUGH

độ cao, đặc biệt nếu lượng bột nhỏ, để tránh bột bị nóng lên nhanh. Một mẹo nhỏ để hạn chế việc khối bột bị nóng lên do hoạt động của máy là sử dụng nước hay sữa lạnh để làm bánh. Ngoài ra, giữa quá trình nhồi nên có thời gian nghỉ để bột không bị quá nóng.

* Nhồi bột bằng tay:

Tuy nhồi bột bằng tay vất vả và mất thời gian hơn dùng máy nhưng với những người đang học làm bánh mì thì việc nhồi bột bằng tay không chỉ giúp luyện kỹ năng nhồi bột mà còn giúp hình thành "cảm giác" bột cho người làm. Điều này rất quan trọng vì nó giúp cho người làm nhận biết khối bột khi nào là đạt và khi nào đủ nước, khi nào thiếu nước... Bên cạnh đó, nhồi bột bằng tay cũng hạn chế được khả năng khối bột bị nóng lên hoặc nhồi bột quá đà như khi dùng máy.

Về cách nhồi bột mì, nếu bạn chưa có kinh nghiệm gì và cũng không đi học ở trường lớp, thì tốt nhất là nên xem một số video hướng dẫn cách nhồi bột. Hình ảnh trực quan sẽ giúp bạn hình dung và nhận biết về động tác nhanh hơn mô tả rất nhiều. Các bạn có thể tìm các video hướng dẫn cách nhồi bột tại www.youtube.com (hoặc www.google.com) với từ khóa "how to knead dough" hoặc "kneading dough tutorial".

Về cơ bản, nhồi bột thường chỉ gồm hai động tác chính: kéo dãn (stretching) và gấp bột (folding). Đầu tiên, với động tác stretching, chúng ta sẽ dùng phần cườm tay, ấn và miết, đẩy bột ra xa (lưu ý là ấn và đẩy bột ra xa chứ không phải là ấn bột xuống).

STRETCHING

Tiếp theo, động tác folding là cầm mép trên của khối bột, gấp lại. Sau đó xoay bột một góc 90 độ, lặp lại hai động tác kéo dãn và gấp này.

FOLDING

Tại sao cần thực hiện hai động tác này? Vì mục đích chính của việc nhồi bột là giúp "tập luyện" cho các sợi gluten trong khối bột dài ra, dẻo dai và khỏe hơn. Folding và stretching là hai động tác đơn giản nhất để giúp chúng ta đạt được điều này. Ngoài folding và stretching, các bạn có thể sẽ thấy một vài cách nhồi bột khác trong các tài liệu dạy làm bánh, nhưng dù là cách nhồi nào thì mục đích chung cũng là làm cho sợi gluten khỏe hơn, dài hơn và đàn hồi tốt. Cũng vì mục đích này nên trong khi nhồi, cần cố gắng để khối bột không bị rách (hay sợi gluten bị đứt).

Với các loại bột bánh mì thông thường thì nhồi bột bằng tay, nếu làm đúng cách sẽ mất khoảng 10 đến 15 phút. Có thể cảm nhận được khá rõ sự biến đổi của gluten (hay là của cả khối bột trong quá trình nhào): đầu tiên khối bộ khá nhão, bở và lổn nhổn. Sau đó càng nhào thì khối bột càng mịn, dai và dẻo hơn, đàn hồi cũng tốt hơn, bột bớt dính tay hơn.

Bột nhồi đạt sẽ có một số đặc điểm chính là:
• Bột không dính tay. Với các loại bột nhão, nhiều nước thì khi ấn ngón tay vào sẽ có thể có cảm giác hơi dính, nhưng khi nhấc ngón tay lên thì bột sẽ rời ra, tay vẫn sạch.
• Khối bột dẻo, đàn hồi tốt. Nếu thử ấn nhẹ lên mặt bột, sẽ thấy bột đàn hồi (phồng) trở lại.

• Khối bột mịn màng và có thể trắng hơn so với hỗn hợp ban đầu.

Ngoài những dấu hiệu nhận biết trên thì còn một cách kiểm tra rất phổ biến là windowpane test. Cụ thể là nếu bạn ngắt thử một cục bột, kéo dãn ra thì bột sẽ tạo thành một lớp màng mỏng, ánh sáng có thể đi xuyên qua.

WINDOWPANE
TEST

Mặc dù windowpane test là phương pháp tốt để kiểm tra độ đàn hồi của bột, nhưng nó không áp dụng cho mọi công thức. Ví dụ, các công thức có ít nước, nhiều chất béo sẽ thường có gluten kém dẻo dai hơn, vì vậy nên khó kéo dãn khi thử windowpane test hơn. Do đó, không nên coi windowpane test là tiêu chuẩn quan trọng hàng đầu để đánh giá bột đã nhồi đạt hay không. Sau khi nhồi xong, nếu khối bột của bạn thỏa mãn ba tiêu chuẩn mà tôi nêu ở trên thì có thể coi là đã đạt rồi.

Điểm lưu ý cuối cùng khi nhồi bột bằng tay là việc sử dụng bột áo. Thông thường bột áo này là bột mì, được dùng thêm trong quá trình nhồi bột (rắc lên mặt bàn, mặt bột hay xoa lên tay), để nhồi bột được dễ dàng hơn và bột không bị dính vào tay. Tuy bột áo giúp cho việc nhồi bột được dễ dàng hơn, nhưng lại làm tăng lượng bột có trong công thức, trong khi lượng chất lỏng không thay đổi. Do đó, sử dụng càng nhiều bột áo, khối bột càng dễ bị khô. Vì vậy nên trong khi nhồi, các bạn cố gắng dùng càng ít bột áo càng tốt. Nếu lỡ làm cho bột bị khô (khối bột khá cứng, khó nhồi, nhồi cảm giác nặng tay, hai mép bột khó dính lại với nhau) thì có thể xịt thêm ít nước vào khối bột rồi tiếp tục nhồi.

Có một cách tốt để khắc phục việc bột ướt, dính tay và khó nhồi là sau khi trộn các nguyên liệu xong, các bạn dùng khăn hay ni lông sạch đậy kín mặt âu, để bột nghỉ trong khoảng 10 đến 20 phút. Trong thời gian này, bột tự hút nước và hình thành các sợi gluten, do đó sẽ trở nên bớt ướt dính, nhồi sẽ dễ dàng hơn.

* Kết hợp các phương pháp nhồi bột:

Vì mỗi phương pháp nhồi bột đều có ưu nhược điểm khác nhau nên tùy vào điều kiện mà ta có thể chọn cho mình phương pháp thích hợp nhất. Bản thân tôi thường sử dụng cả hai phương pháp. Sau khi trộn các nguyên liệu với nhau, tôi để bột nghỉ khoảng 10 đến 15 phút, tạo điều kiện cho gluten hình thành (thời gian nhồi bột vì vậy sẽ tự giảm bớt). Sau đó tôi dùng máy và nhồi bột thêm khoảng 5 đến 7 phút, tùy vào lượng bột cần nhồi, rồi để bột nghỉ thêm 5 đến 10 phút và nhồi bằng tay đến khi bột đạt. Việc trộn bột như thế này giúp cho tôi tránh được khoảng thời gian nhồi bột đầu tiên (thường khó khăn vì bột ướt dính), nhưng hạn chế được việc máy nhồi quá nhiều khiến cho bột bị nóng, và vẫn cảm nhận được khi khối bột gần đạt.

IV

- Ủ BỘT LẦN THỨ NHẤT -

Sau khi đã nhồi xong và có một khối bột đàn hồi, dẻo mịn thì công đoạn tiếp theo chúng ta cần làm là ủ bột (lần thứ nhất). Trong quá trình ủ bột này, men "ăn" một số chất trong khối bột và "sản xuất" ra hơi rượu cùng khí CO_2. Rượu giúp tạo hương vị cho bánh, còn khí CO_2 được giữ lại nhờ mạng lưới các sợi gluten hình thành trong quá trình nhồi bột để giúp bánh nở khi nướng. Cho nên men nhiều hay ít, hoạt động nhanh hay chậm, hiệu quả hay không... sẽ thể hiện ở việc bột nở nhiều hay ít, nhanh hay chậm... Tuy nhiên, mục đích của lần ủ đầu tiên này không hẳn chỉ nằm ở "bột nở gấp đôi" (tiêu chuẩn cho lần ủ thứ nhất, thường thấy trong rất nhiều công thức làm bánh mì), mà còn để tạo mùi vị cho bánh. Như đã giải thích ở bước "ủ men chậm", men hoạt động chậm, thời gian ủ lâu sẽ cho bánh mùi vị ngon hơn. Vì lý do này mà trong lần ủ thứ nhất, không nên ủ bột ở nhiệt độ quá cao. Mặc dù nhiệt độ cao giúp bột nở nhanh hơn, rút ngắn thời gian ủ, nhưng mùi vị bánh sẽ kém ngon. Nhiệt độ mà tôi thường dùng để ủ trong lần thứ nhất này (nếu trong công thức không có chỉ dẫn khác) nằm trong khoảng từ 25 đến 32°C. Cách đơn giản nhất để tạo ra nhiệt độ ở mức này là bật lò nướng ở 50°C trong khoảng 3 đến 5 phút rồi tắt lò và để bột vào ủ. Nếu là trời mùa hè nóng bức, các bạn có thể ủ bột ở nhiệt độ phòng.

Cần lưu ý là ủ chậm khác với ủ lâu. Ủ chậm là làm cho khối bột nở chậm hơn, bằng một số cách như là giảm bớt lượng men cần thiết, hoặc hạ thấp nhiệt độ để làm cho men hoạt động chậm hơn (ủ trong tủ lạnh chẳng hạn). Còn ủ lâu là ủ khối bột trong một thời gian dài – có thể quá mức cần thiết. Hậu quả của việc ủ lâu là khối bột nở quá đà, các sợi gluten bị kéo dãn quá nhiều, tính đàn hồi giảm hoặc mất. Bột sẽ trở nên dính và nhão, mất độ mịn và độ đàn hồi (ảnh minh họa). Ngoài ra, ủ bột quá lâu cũng có thể làm sinh ra nhiều hơi rượu, làm bánh có mùi bị nồng.

Vì lý do này mà khi ủ bột, dù là lần thứ mấy, cũng chỉ nên ủ đến khi bột nở gấp từ hai đến ba lần so với khối bột ban đầu. Thời gian ủ bột dao động tùy vào nhiều yếu tố như lượng men, lượng bột, nhiệt độ ủ bột,... trung bình thường mất khoảng 55 đến 90 phút. Cách để nhận biết bột đã nở đủ là ấn một hoặc hai ngón tay vào khối bột, sâu khoảng 2–3 cm, nếu rút ngón tay lên mà vết lõm giữ nguyên là bột đã nở đủ, nếu vết lõm phồng trở lại là bột cần ủ thêm, còn nếu khối bột bị xẹp tức là đã ủ hơi quá đà.

Cuối cùng, trong quá trình ủ cần giữ cho khối bột không bị khô. Cách mà tôi dùng thường xuyên nhất là ủ bột trong một chiếc nồi có nắp đậy. Trước khi ủ bột thì quét một lớp rất mỏng dầu ăn vào lòng nồi (giúp cho bột không dính vào nồi). Tiếp theo đặt khối bột vào nồi rồi lật mặt của khối bột, để dầu ăn bám tạo thành một lớp mỏng bao lấy khối bột. Sau đó đậy vung nồi rồi ủ bột ở nơi ấm áp. Tương tự, các bạn có thể ủ bột trong âu kín, hộp kín có nắp đậy, hoặc cho bột vào túi ni lông rồi buộc kín miệng. Tất cả những cách này đều giúp giữ ẩm cho khối bột.

Nếu bột không nở thêm trong quá trình ủ thì có thể do một số nguyên nhân sau: men hết hạn sử dụng hoặc chất lượng men không tốt. Ngoài ra, nếu dùng nước quá nóng để kích hoạt men hay nhồi bột bằng máy trong thời gian dài làm khối bột quá nóng cũng có thể làm chết một phần men. Nếu bột nở quá nhanh (chẳng hạn trong 15 đến 20 phút đã nở gấp đôi) thì có thể do lượng men trong bột nhiều hơn mức cần thiết.

- ĐỂ BỘT NGHỈ VÀ TẠO HÌNH -

Sau lần ủ thứ nhất, tùy theo yêu cầu của công thức mà sẽ có cách xử lý bột khác nhau. Thông thường, bột sẽ được nhồi lại nhẹ nhàng rồi chia thành từng phần nhỏ, để bột nghỉ trong khoảng 5 đến 10 phút rồi mới tạo hình. Khi chia nhỏ bột, nên dùng cân để có khối lượng chính xác, tránh việc bánh có kích cỡ không đồng đều, khi nướng sẽ chín không đều. Ngoài ra, nên chia bột bằng dao hay kéo sắc, không dùng tay để "xé" bột vì sẽ làm yếu gluten trong bột.

Có nhiều cách tạo hình bột bánh mì mà tôi sẽ giới thiệu cụ thể trong từng công thức bánh. Lưu ý chung khi tạo hình là bột có thể sẽ co dãn làm cho việc tạo hình khó khăn. Nếu bột co dãn nhiều, các bạn hãy để bột nghỉ khoảng 5 đến 10 phút để các sợi gluten "thư giãn" và có thời gian "làm quen" với hình dáng mới. Khi sợi gluten đã được "thả lỏng" rồi, bột sẽ co dãn ít hơn và sẽ dễ tạo hình hơn. Trong khi để bột nghỉ, luôn phải có vật để che đậy bột, tránh cho bột bị khô.

Nếu làm nhiều bột và không nướng hết trong một mẻ, có thể bọc kín phần bột chưa dùng rồi để vào ngăn mát tủ lạnh. Nhiệt độ thấp sẽ làm chậm quá trình hoạt động của men, giúp cho bột nở chậm hơn trong thời gian đợi nướng mẻ thứ nhất.

Bột sau khi tạo hình thường sẽ được đặt vào khuôn hoặc đặt lên khay nướng có lót tấm nướng bánh hoặc giấy nến để chống dính. Tùy vào mỗi loại bánh mà khuôn sử dụng sẽ khác nhau. Nhưng các khuôn để nướng bánh mì nhìn chung đều cần được chống dính trước khi đặt bột vào bằng cách quét một lớp dầu hoặc bơ mỏng quanh thành trong của khuôn.

Lần ủ thứ hai của bánh có mục đích chính là để "tích lũy" thêm hơi khí trong bột, giúp bánh nở xốp và hình thành kết cấu bánh như mong muốn. Trong lần ủ này, bột thường được ủ đến khi nở khoảng gấp rưỡi đến gấp đôi rồi mang đi nướng. Bột sẽ tiếp tục nở trong lò, đến một mức nhiệt độ nhất định, men chết, các sợi gluten cũng cứng lại, giúp ổn định kết cấu bánh và tạo ra chiếc bánh mì như mong đợi.

GIỮ ẤM
CHO BÁNH

Trong lần ủ thứ hai này, các bạn có thể ủ bột ở nhiệt độ cao một chút, khoảng 32 đến 38°C. Thông thường với lần ủ thứ hai này, tôi thường làm cho lò nướng đạt nhiệt độ ấm áp ở mức cần thiết, rồi đặt khay bánh vào trong lò. Lưu ý là không nên phủ ni lông hay khăn lên mặt bánh để giữ ẩm, do bánh sẽ nở và có thể dính vào khăn phủ, khi kéo khăn ra có thể sẽ làm bánh xẹp. Tôi thường giữ ấm cho bánh trong lần ủ này bằng cách đặt một cốc nước sôi vào trong lò, hoặc dùng bình xịt, xịt nước lên khoảng không phía trên bánh và thành lò. Cửa lò đóng kín sẽ giúp giữ phần hơi ấm lại bên trong lò.

- R A C H   V À   P H Ế T   M Ặ T   B Á N H -

Sau khi ủ lần thứ hai và ngay trước khi nướng, với một số loại bánh mì có thể sẽ cần rạch mặt bánh. Mục đích của việc rạch bánh là giúp cho bánh khi nở sẽ nứt theo một đường đã được định sẵn thay vì nứt lung tung, đảm bảo thẩm mỹ cho bánh. Quan trọng hơn, việc rạch bánh sẽ giúp bánh nở tốt hơn, đặc biệt với các loại bánh mì vỏ giòn. Việc rạch bánh này nên thực hiện ngay trước khi nướng. Rạch bằng dao sắc (nên dùng lưỡi dao lam) và rạch dứt khoát. Khi rạch không ấn dao mạnh và không đưa đi đưa lại nhiều lần, bột sẽ dễ bị xẹp.

Đối với các loại bánh mì ngọt, trước khi nướng có thể có thêm công đoạn phết mặt bánh để giúp mặt bánh có màu nâu vàng đẹp mắt, có độ bóng và tạo sự kết dính nếu muốn sử dụng thêm các loại hạt như hạt vừng, hạt poppy... để trang trí bánh. Hỗn hợp phết mặt này thông thường là trứng đánh tan, pha thêm với chút nước hoặc sữa để hỗn hợp loãng và dễ phết lên bánh hơn. Nếu muốn mặt bánh bóng đẹp và thơm hơn nữa, ngay sau khi lấy ra khỏi lò, khi bánh vẫn còn đang nóng, các bạn có thể phết bơ đun chảy hoặc kem tươi lên mặt và bên ngoài bánh.

Khi phết mặt bánh nên dùng chổi lông mềm và phết nhẹ nhàng, tránh mạnh tay sẽ làm cho bột bị xẹp. Nếu chẳng may bột bị xẹp thì có thể tạo hình lại và ủ thêm một lần nữa. Khi phết mặt bánh, chỉ sử dụng lượng trứng vừa đủ, tránh để trứng quá nhiều, đọng lại trên mặt bánh sẽ gây loang lổ. Ngoài ra, nên phết theo một chiều và không quét đi quét lại sẽ dễ tạo ra các bọt khí trên mặt bánh.

VIII

- N Ư Ớ N G   B Á N H -

Cũng như bánh ngọt, lò nướng bánh mì luôn phải được làm nóng trước khi nướng tối thiểu 10 đến 15 phút, để khi đưa bánh vào nướng, nhiệt độ trong lò đã đạt mức cần thiết. Vì vậy nên nếu các bạn ủ bánh (lần thứ hai) trong lò nướng thì cần lấy bánh ra khỏi lò khi bánh nở khoảng 75 - 80% để làm nóng lò chuẩn bị cho khâu nướng.

Nhiệt độ và thời gian nướng sẽ thay đổi tùy theo loại bánh. Lưu ý là nhiệt độ và thời gian trong công thức chỉ để tham khảo, vì lò nướng gia đình thường không ổn định, nhiệt độ trong lò có thể chênh lệch so với mức nhiệt chính bên ngoài. Nên điều quan trọng nhất là bạn cần hiểu rõ về lò nướng của nhà mình để có thể điều chỉnh nhiệt độ và thời gian cần thiết (cụ thể về cách điều chỉnh lò khi nướng bánh, các bạn có thể xem lại trong tập 1 của *Nhật ký học làm bánh*).

Thông thường các loại bánh ngọt vỏ mềm sẽ nướng ở nhiệt độ thấp hơn các loại bánh mì vỏ cứng giòn. Nhiệt độ nướng của hầu hết các loại bánh mì ngọt mềm trong cuốn sách này nằm trong khoảng 170 đến 190°C trong khi với các loại bánh mì vỏ giòn nhiệt độ nướng dao động trong khoảng 210 đến 250°C. Một "nguyên liệu" khá quan trọng trong quá trình nướng là hơi nước, đặc biệt với các loại bánh mì nướng ở nhiệt độ cao như bánh mì vỏ giòn. Hơi nước này có thể được tạo ra bằng cách xịt nước lên thành lò khi đưa bánh vào nướng hoặc đặt khay ở sàn lò rồi đổ nước sôi vào lò. Hơi nước giúp giữ ẩm cho mặt bánh, để mặt bánh khô cứng chậm hơn, tạo điều kiện cho bánh nở tối đa (mặt bánh cứng lại quá nhanh sẽ kìm hãm độ nở của ruột bánh). Ngoài ra, hơi nước cũng giúp cho vỏ bánh vàng chậm hơn. Vì vậy nên kể cả với các loại bánh mì ngọt, mặc dù không cần thiết nhưng khi đưa bánh vào nướng tôi thường xịt thêm nước lên thành lò và khoảng không phía trên bánh (không xịt trực tiếp vào bánh vì sẽ làm hỏng phần mặt bánh đã quét trứng).

IX

Mặc dù thật khó cưỡng lại trước những chiếc bánh thơm phức và nóng hổi hôi mới lấy từ lò, nhưng với đa phần các loại bánh mì, khâu "để nguội" là cần thiết. Trong khoảng 15 phút đầu kể từ khi bánh chín và lấy khỏi lò, nên để bánh trên rack (khay hay giá có khe hoặc lỗ hở ở dưới), để giúp cho hơi ẩm trong bánh thoát ra ngoài. Nếu cắt bánh ngay trong thời gian này, hơi ẩm trong bánh có thể đọng lại làm cho phần ruột bánh bết và dai.

Khi cắt bánh mì, dùng dao có lưỡi răng cưa và cắt bánh theo động tác đưa đi đưa lại như cưa gỗ sẽ cho lát bánh đẹp hơn. Bánh mì ngon nhất khi dùng trong vòng khoảng 7 đến 8 giờ sau khi nướng. Càng để lâu, bánh càng dễ trở nên khô cứng hoặc dai. Nếu muốn giữ bánh qua ngày, nên đựng bánh trong túi kín (có thể hút chân không là tốt nhất). Với bánh mì vỏ giòn, các bạn có thể "sấy" lại bánh ở nhiệt độ 150 đến 170°C trong 5 đến 10 phút tùy vào kích thước bánh. Với bánh mì ngọt mềm, nếu muốn giữ qua ngày, nên nướng bánh hơi non một chút (nướng trong thời gian ngắn hơn). Sau khi bánh nguội thì bọc kín bằng ni lông bọc thực phẩm rồi để đông lạnh. Khi dùng rã đông bánh ở nhiệt độ phòng rồi nướng lại trong khoảng 10 đến 15 phút với nhiệt độ giống như khi nướng bánh lần đầu tiên.

Một cách rất tốt khác để có bánh tươi mà không mất nhiều thời gian chuẩn bị bột là trữ đông bột sau lần ủ đầu tiên. Với cách này, cần bọc bột rất kín, sao cho hơi nước trong tủ lạnh không thể tiếp xúc với bột (có thể bọc nhiều lớp ni lông quanh khối bột rồi đựng trong túi kín có khóa kéo ở miệng túi). Khi cần dùng thì để bột rã đông trong ngăn mát của tủ lạnh, sau đó tạo hình, ủ bột ở nhiệt độ phòng và nướng. Thông thường, nếu muốn ăn bánh vào sáng sớm thì sau lần ủ bột thứ nhất, tôi tạo hình bánh rồi trữ đông. Trước khi đi ngủ tôi để bánh xuống ngăn mát tủ lạnh. Thời gian 8 giờ buổi đêm trong ngăn mát thường đủ cho bánh tự rã đông và nở thêm. Sáng hôm sau chỉ cần lấy bánh ra ngoài cho hết lạnh (làm nóng lò trong thời gian này) và nướng là có bánh mới để ăn.

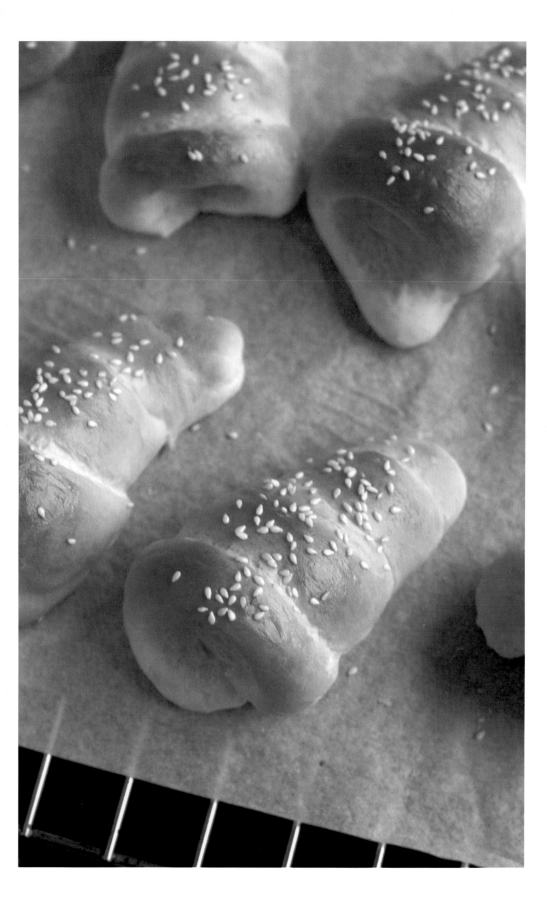

1. Bột ủ không nở: Men có vấn đề (hết hạn, bị chết trong lúc kích hoạt) hoặc dùng sai loại (ví dụ: thay vì dùng men nở thì dùng bột nở hay muối nở).

2. Bánh có mùi rượu hoặc có mùi chua: Quá nhiều men (lần tiếp theo nên giảm bớt lượng men), men chưa được kích hoạt hết (nếu dùng men khô), hoặc ủ quá lâu.

3. Bột nhào mãi mà vẫn lổn nhổn: Nhồi bột chưa đúng cách hoặc dùng loại bột có hàm lượng protein thấp (dưới 10%).

4. Ruột bánh bở hoặc kém dai: Nhồi bột chưa đúng cách, nhồi bột quá nhiều (*overmix*) hoặc ủ bột quá lâu làm gluten bị mất độ đàn hồi.

5. Ruột bánh không trắng: Thường do loại bột sử dụng. Ngoài ra, một số công thức có dùng nhiều bơ hoặc trứng cũng sẽ làm cho ruột bánh có màu hơi vàng ngà.

6. Bánh để lâu bị khô: Thiếu độ ẩm trong bột bánh hoặc bảo quản bánh chưa tốt.

7. Bánh bị cháy mặt hoặc ruột bánh ẩm, ướt: Nhiệt độ nướng chưa phù hợp, có thể là lửa trên hoặc lửa dưới quá cao làm cháy mặt hoặc đáy bánh trong khi phần bên trong chưa đủ chín. Ngoài ra, nếu khuôn

nướng là khuôn sẫm màu thì truyền nhiệt sẽ nhanh và tốt hơn, nên hạ nhiệt độ nướng xuống khoảng 10°C so với công thức.

Thông thường khi nướng bánh luôn ở vị trí chính giữa lò (nếu bánh to và cao thì khay nướng sẽ cần hạ thấp để khuôn bánh được ở chính giữa). Tuy nhiên, nhiệt độ của đa phần lò nướng gia đình không ổn định, nhiệt trên thường cao hơn nhiệt dưới. Trong những trường hợp này, cần hạ khay thấp hơn để bánh cách xa lửa trên hơn. Ngoài ra, khi thấy mặt bánh đã đủ vàng, có thể nhanh tay mở lò và đặt một miếng giấy bạc lên phía trên, che mặt bánh, giúp cho mặt bánh vàng nâu chậm hơn.

8. Ruột bánh quá đặc: Cho muối quá nhiều, ủ chưa đủ hoặc bột quá khô (ít nước).

9. Vỏ bánh quá dày: Nhiệt độ nướng quá thấp.

10. Mặt bánh sẫm màu hoặc có dấu hiệu cháy: Có thể do bánh ở gần lửa trên hoặc lửa trên quá cao.

11. Bánh không nở thêm trong lò: Ủ lần hai quá lâu làm cho sợi gluten yếu đi và bánh đã nở tối đa nên không nở thêm được nữa.

12. Ruột bánh bết: Cắt bánh quá sớm khi bánh còn đang nóng.

àm bánh mì cần nhiều kỹ năng và luyện tập. Điều quan trọng nhất trong làm bánh mì không phải là công thức tốt từ thợ làm bánh xịn, hay một chiếc máy làm bánh mì đắt tiền, mà là **cảm giác** của người làm bánh. **Cảm giác** này sẽ giúp các bạn biết nhào bột thế nào là vừa để không làm ảnh hưởng đến mùi vị bánh. Bột thế nào là đủ ẩm, thế nào là quá khô; ủ với thời gian và nhiệt độ bao nhiêu để giúp bánh có mùi vị ngon lành nhất, tạo hình bánh thế nào để bánh có hình dạng ưng ý mà vẫn giữ được các lỗ khí bên trong,… Tất cả những điều này chỉ có thể có được nhờ kiên trì luyện tập, luyện tập, và luyện tập.

Công thức dù sao cũng chỉ là hướng dẫn. Bản thân quá trình làm bánh và thành phẩm sẽ chịu ảnh hưởng bởi rất nhiều yếu tố khác nhau, như độ cũ mới của bột, chất lượng bột mì và các nguyên liệu khác, nhiệt độ và độ ẩm trong phòng… Nên với làm bánh nói chung và làm bánh mì nói riêng, việc kiên nhẫn luyện tập và thử đi thử lại nhiều lần với cùng một công thức là cần thiết. Thất bại trong làm bánh là bình thường. Không có con đường nào chỉ trải toàn hoa hồng mà lại dẫn đến vinh quang. Bản thân tôi cũng đã vấp phải rất nhiều "đá tảng" trên con đường tự học làm bánh của mình. Đặc biệt với bánh mì, trong những lần thử đầu tiên có thể bánh của bạn sẽ không được như ý muốn, thậm chí khó ăn. Nhưng đừng vì vậy mà nản lòng. Quan trọng là những điều rút ra sau mỗi lần thất bại đó, để không lặp lại chúng thêm một lần nữa.

Ngoài ra, những thử nghiệm mới cũng rất đáng quý. Tuy nhiên, chỉ nên tiến hành các thay đổi khi bạn thực sự hiểu và biết chắc chắn là những thay đổi mà mình làm là có cơ sở, và là xuất phát từ các kiến thức trong làm bánh, chứ không phải là từ sự phỏng đoán hay nghĩ rằng có thể làm như vậy. Nếu không thật sự chắc chắn, hãy cố gắng đọc kỹ và bám sát công thức.

Chúc các bạn sẽ luôn thành công, không chỉ với bánh mì mà cả với những loại bánh khác!

CÔNG THỨC

RECIPES

Bánh mì là cả một thế giới rộng lớn. Vì vậy nên bản thân việc phân loại bánh mì cũng có nhiều tiêu chí và nhiều cách khác nhau. Một trong những cách đơn giản nhất mà tôi biết là dựa vào thành phần nguyên liệu của bánh. Theo cách này, ta có thể chia bánh mì thành hai nhóm chính là bánh mì "trơn", không có chất béo (lean dough) và bánh mì ngọt, có nhiều chất béo (rich dough).

Nhóm bánh mì "trơn" gồm các loại bánh mì mà trong thành phần chứa rất ít hoặc không có các chất béo như dầu ăn, bơ, trứng,... ngoài ra đường và sữa cũng không đáng kể. Thường thì các loại bánh trong nhóm này chỉ được làm với những nguyên liệu cơ bản và đơn giản nhất như bột mì, nước, muối và men nở. Ví dụ điển hình là các loại bánh mì vỏ giòn như bánh mì Việt Nam hay Baguette. Ngược lại, nhóm bánh mì ngọt và "béo" gồm các loại bánh mà trong thành phần có nhiều chất béo, chất tạo ngọt như đường, mật ong, mật mía,... Ngoài ra, các loại bánh này cũng thường có khá nhiều sữa, trứng.

Mặc dù việc phân nhóm này chỉ mang tính tương đối vì ranh giới để phân biệt giữa "ít" và "nhiều" rất mong manh, nhưng đây là một cách phân nhóm khá đơn giản, và có thể mang đến cho người làm cái nhìn bao quát chung về các nhóm bánh mì chính. Vậy nên trong *Nhật ký học làm bánh*, để các bạn tiện theo dõi, tôi chia và trình bày các công thức bánh theo hai nhóm chính này, tạm đặt tên là **"Bánh mì ngọt mềm"** và **"Bánh mì vỏ giòn"**.

NHẬT KÝ HỌC LÀM BÁNH II **51** CHƯƠNG 1: **BÁNH MÌ**

BÁNH MÌ NGỌT MỀM

ác loại bánh mì ngọt mềm luôn là một chủ đề dễ gây nghiện. Tôi luôn có cảm giác làm bánh mì ngọt cũng giống như một cuộc chơi bất tận: thêm nguyên liệu này, bớt nguyên liệu kia, hoặc thậm chí chưa cần thay đổi các thành phần nguyên liệu, chỉ "nghịch" với các cách tạo hình khác nhau, là đã có thể làm ra rất nhiều thứ hay ho rồi.

Bánh mì ngọt dễ ăn và cũng không quá khó làm nên trong mấy năm tự mày mò học làm bánh, tôi thử khá nhiều công thức bánh mì ngọt khác nhau. Trong số đó, có bốn công thức luôn cho sản phẩm khiến tôi rất hài lòng. Công thức thứ nhất để làm bánh mì gối trắng. Công thức thứ hai để làm bánh mì ngọt thơm vị kem sữa tươi. Hai công thức còn lại, một để làm bánh mì bơ sữa (milk bun/dinner roll) và một để làm bánh mì sữa Hokkaido, cùng chia sẻ một đặc điểm chung là sử dụng bột Tangzhong (water roux) – kỹ thuật được các thợ làm bánh châu Á rất ưa chuộng. Tangzhong không chỉ giúp cho phần ruột bánh dai, xốp, nhẹ, mềm như bông, êm như mây, mà còn giúp bánh có thể giữ được lâu hơn ở nhiệt độ phòng, dù để qua ngày cũng không bị khô cứng.

Cho đến thời điểm này, đây là bốn công thức làm bánh mì ngọt mềm mà tôi ưng ý nhất, xin dành tặng các bạn. Các loại bánh mì ngọt khác mà tôi làm về sau này, phần lớn đều dựa trên phần "cốt" là một trong bốn công thức cơ bản này, sau đó biến tấu với các cách tạo hình khác nhau, thay đổi nhân hay phần phủ mặt bánh để có các loại bánh mới.

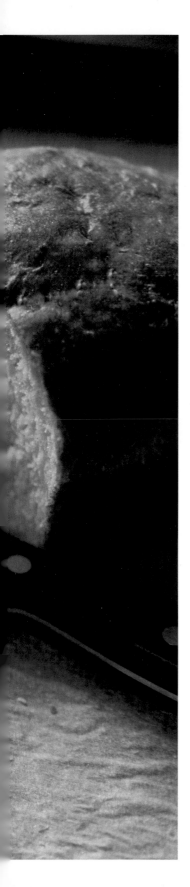

-BÁNH MÌ GỐI MỀM-

- SOFT SANDWICH LOAF -

Công thức này có thể được sử dụng để làm bánh mì dạng ổ (loaf) hoặc bánh mì gối vuông. Bí quyết để có các lát bánh tơi xốp với lỗ khí đều nhau là sau lần ủ thứ nhất, nên nhồi bột kỹ để loại bỏ các bọt khí lớn, và chỉ cắt bánh khi bánh đã nguội hoàn toàn.

MỨC ĐỘ: *Trung bình*
THỜI GIAN CHUẨN BỊ: *3 - 3.5 giờ*
THỜI GIAN NƯỚNG: *35 - 40 phút*
DỤNG CỤ: *2 khuôn loaf kích thước 25 x 5 x 7 cm*

-NGUYÊN LIỆU-

. *520 g bột làm bánh mì*

. *6 g muối*

. *10 g men instant*

. *280 g sữa*

. *40 g mật ong (hoặc đường)*

. *70 g dầu ăn*

. *1 quả trứng*

1. Rây bột, muối, đường (nếu dùng thay mật ong) vào âu, trộn đều.

2. Cho men vào âu, trộn đều. Vét bột để tạo một lỗ ở chính giữa, cho các nguyên liệu còn lại vào, dùng thìa gỗ quấy đều từ trong ra ngoài, trộn đến khi các nguyên liệu hòa quyện thành một khối (hình 1 - 2). Đậy kín âu, để bột nghỉ trong khoảng 15 phút.

Lưu ý: Men dùng trong công thức là loại instant nên không cần kích hoạt. Nhưng các bạn có thể kích hoạt men (theo hướng dẫn trong phần "các bước làm bánh mì" ở đầu chương) để chắc chắn là men còn tốt và còn hoạt động.

3. Nhồi bột đến khi bột mịn dẻo, có độ đàn hồi tốt, ấn thử ngón tay lên mặt bột sẽ thấy vết lõm lập tức phồng trở lại. Bột hơi ướt, nếu chạm ngón tay lên mặt bột sẽ có cảm giác hơi dính, nhưng khi nhấc ngón tay lên thì bột không dính theo tay (hình 3). Nếu nhồi bằng tay có thể mất khoảng 20 đến 25 phút. Nếu nhồi bằng máy ở tốc độ trung bình có thể mất 7 đến 10 phút. (Xem thêm cách nhồi bột trong phần về "các bước làm bánh mì" ở đầu chương).

4. Đặt bột vào âu có quét một lớp dầu ăn mỏng. Lật khối bột cho dầu ăn bao đều bên ngoài bột. Đậy kín âu, ủ bột ở nhiệt độ 25 - 32°C, đến khi bột nở gấp đôi.

Để thử xem bột đã ủ đạt hay không, các bạn ấn một hoặc hai ngón tay vào bột, sâu khoảng 2 cm. Sau khi rút tay lên, nếu vết lõm giữ nguyên tức là bột đã ủ đạt, nếu vết lõm phồng trở lại tức là cần ủ thêm thời gian (hình 4).

5. Dùng mu bàn tay ép nhẹ cho xẹp bọt khí trong khối bột. Lấy bột ra khỏi âu, nhồi lại sơ qua trong khoảng 2 phút. Cân cả khối bột rồi chia thành hai phần. Để bột nghỉ 10 phút (cần che đậy để bột không bị khô trong khi đợi tạo hình).

Chống dính khuôn loaf bằng cách quét một lớp bơ mỏng lên lòng và thành trong của khuôn.

6. Tạo hình bột thành dạng ổ như sau :
- Dàn bột thành hình chữ nhật (có thể dùng cây cán bột) có chiều dài và chiều rộng gấp đôi chiều dài và chiều rộng của đáy khuôn.
- Gấp hai cạnh bên của miếng bột vào trong.
- Gấp mép trên của miếng bột xuống.

Sau bước này ta sẽ có khối bột dạng ổ có kích thước tương tự như kích thước đáy khuôn. Đặt bột vào trong khuôn và lặp lại việc tạo hình với khối bột thứ hai (hình 5).

7. Ủ bột ở nơi có nhiệt độ ấm áp và độ ẩm cao (xem thêm về cách ủ bột trong phần về "các bước làm bánh mì" ở đầu chương).

8. Khi bánh nở khoảng 80% thì làm nóng lò ở 175°C (chế độ hai lửa).

9. Khi lò đã đạt đến nhiệt độ 175°C và bột đã nở khoảng gấp đôi so với khi tạo hình thì cho bánh vào lò nướng. Xịt nước (sạch) lên thành

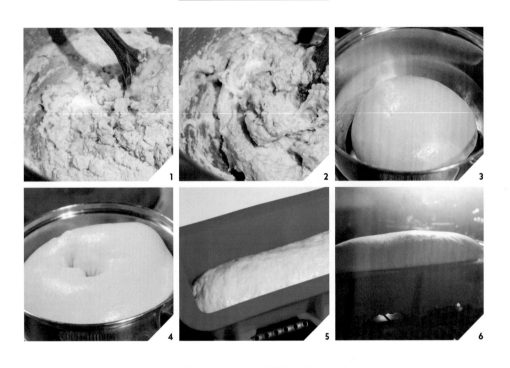

và khoảng không gian phía trên khuôn bánh. Đóng cửa lò. Nướng bánh ở nhiệt độ 175°C trong khoảng 20 phút thì quay ngược khuôn, nướng thêm 15 đến 20 phút nữa. Việc quay khuôn sẽ giúp bánh nướng chín vàng đều hơn (hình 6).

10. Bánh chín lấy ra khỏi khuôn, để bánh nguội hẳn trên rack rồi mới cắt bánh. Dùng trong 1 đến 2 ngày.

- G H I   C H Ú -

....

....

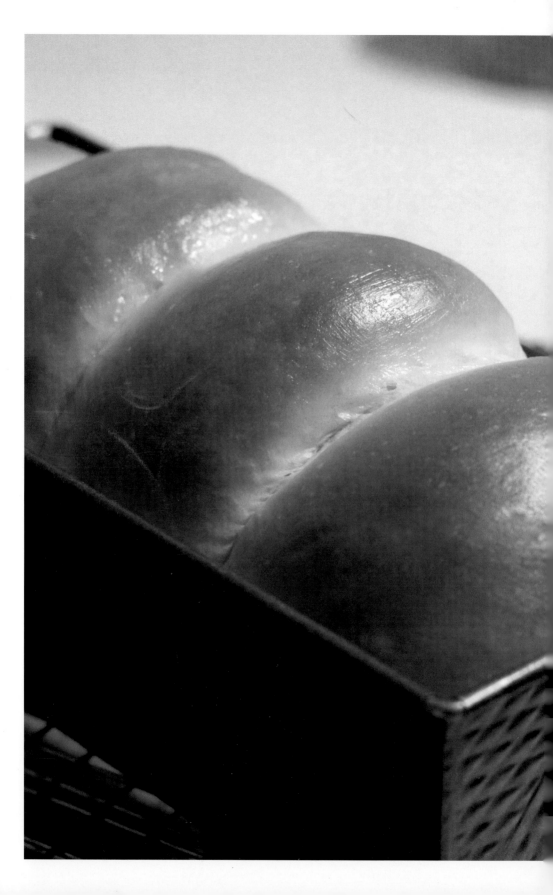

- BÁNH MÌ KEM TƯƠI HOKKAIDO -

- HOKKAIDO MILKY BREAD -

Bánh mì kem tươi Hokkaido là một trong những công thức bánh mì được ưa chuộng nhất tại www. savourydays.com. Phần kem tươi và bột sữa giúp cho bánh có mùi thơm rất quyến rũ - ngay từ khi bột còn định hình. Ruột bánh rất mềm, dai và ẩm nên có thể để qua ngày mà không sợ bị khô.

MỨC ĐỘ: *Trung bình*
THỜI GIAN CHUẨN BỊ: *3 - 3.5 giờ*
THỜI GIAN NƯỚNG: *35 - 40 phút*
DỤNG CỤ: *2 khuôn loaf kích thước 25 x 5 x 7 cm*

- NGUYÊN LIỆU -[1]

. 540 g bột làm bánh mì

. 60 g bột làm bánh ngọt
(cake flour)

. 30 g sữa bột
(không bắt buộc)

. 80 g đường

. 1.5 thìa café (8 g) muối

. 10 g men instant

. 1 trứng gà

. 250 g sữa

. 150 g kem tươi

Lưu ý: Nếu không tìm được hai loại bột bánh mì và bột bánh ngọt, có thể dùng hoàn toàn bột bánh mì hoặc thay thế tổng lượng bột bằng bột mì đa dụng.

---

[1] Công thức tham khảo và điều chỉnh từ: http://schneiderchen.de/237Hokkaido-Milky-Loaf.html

1. Cho bột làm bánh mì, bột làm bánh ngọt, sữa bột, đường và muối vào âu trộn. Dùng phới lồng trộn đều. Cho men instant, trộn đều (hình 1).

Lưu ý: Men dùng trong công thức là loại instant nên không cần kích hoạt. Nhưng các bạn có thể kích hoạt men (theo hướng dẫn trong phần "các bước làm bánh mì" ở đầu chương) để chắc chắn là men còn tốt và còn hoạt động.

2. Vét bột để tạo thành một lỗ trống ở chính giữa. Cho trứng, kem tươi và sữa vào. Dùng thìa gỗ quấy đều từ trong ra ngoài, trộn đến khi các nguyên liệu hòa quyện thành một khối (hình 2 - 3). Đậy kín âu, để bột nghỉ khoảng 15 đến 20 phút.

3. Nhồi bột đến khi bột mịn dẻo, có độ đàn hồi tốt, ấn thử ngón tay lên mặt bột sẽ thấy vết lõm lập tức phồng trở lại. Bột hơi ướt, nếu chạm ngón tay lên mặt bột sẽ có cảm giác hơi dính, nhưng khi nhấc ngón tay lên thì bột không dính theo tay (hình 4). (Xem thêm cách nhồi bột trong phần về "các bước làm bánh mì" ở đầu chương.)

Lưu ý nếu nhồi bột bằng tay: Bột làm bánh mì Hokkaido khá ướt. Khi nhồi cần

phải kiên trì. Có thể dùng bột áo nhưng nên dùng ít một, tránh cho quá nhiều từ giai đoạn đầu, sẽ làm bột bị khô, bánh sẽ kém mềm mại và xốp (không nên dùng quá 20 gram bột áo cho một công thức).

4. Đặt bột vào âu có quét một lớp dầu ăn mỏng. Lật khối bột cho dầu ăn bao đều bên ngoài khối bột. Đậy kín âu, ủ bột ở nhiệt độ 25 - 32°C, đến khi bột nở gấp đôi.

Để thử xem bột đã ủ đạt hay không, các bạn ấn một hoặc hai ngón tay vào bột, sâu khoảng 2 cm. Sau khi rút tay lên, nếu vết lõm giữ nguyên tức là bột đã ủ đạt, nếu vết lõm phồng trở lại tức là cần ủ thêm thời gian.

5. Dùng mu bàn tay ép nhẹ cho xẹp bọt khí trong khối bột. Lấy bột ra khỏi âu, nhồi sơ lại trong khoảng 2 phút. Cân cả khối bột rồi chia thành hai phần. Tiếp theo chia mỗi phần thành bốn phần bằng nhau (nặng khoảng 135 đến 145 gram). Để bột nghỉ 10 phút (cần che đậy để bột không bị khô trong khi đợi tạo hình).

Chống dính khuôn loaf bằng cách quét một lớp bơ mỏng lên lòng và thành trong của khuôn.

6. Tạo hình bột như sau:

- Cán từng phần bột thành hình chữ nhật mỏng. Khi cán bột có thể sẽ co lại, đây là hiện tượng bình thường. Cách tốt nhất là cán hết tất cả các phần bột, để bột nghỉ khoảng 3 phút rồi quay về cán từng phần mỏng hơn và tạo hình, bột sẽ đỡ co hơn.

- Tạo hình từng miếng bột như sau: Cuộn miếng bột theo chiều dọc của hình chữ nhật (hoặc gấp từng 1/3 hay 1/4 miếng bột). Ta sẽ có một "cuốn bột" (hình 5 - 6 - 7).

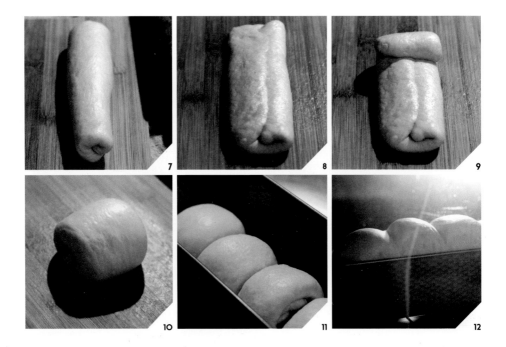

- Cán dẹt cuốn bột rồi cuộn lại để tạo thành viên bột (hình 8 - 9 - 10).
- Đặt các viên bột vào khuôn (mỗi khuôn bốn viên bột) (hình 11).

7. Ủ bột ở nơi có nhiệt độ ấm áp và độ ẩm cao (xem thêm về cách ủ bột trong phần về "các bước làm bánh mì" ở đầu chương).

8. Khi bánh nở khoảng 80% thì làm nóng lò ở 175°C (chế độ hai lửa). Chuẩn bị hỗn hợp quét mặt bánh gồm 1 quả trứng đánh tan với 2 thìa sữa (khoảng 10 gram).

9. Khi bột đã nở khoảng gấp đôi so với khi tạo hình thì nhẹ nhàng phết hỗn hợp trứng sữa lên mặt bánh. Cho khuôn vào lò. Xịt nước sạch lên thành lò và khoảng không gian phía trên bánh. Đóng cửa lò. Nướng bánh ở nhiệt độ 170 - 175°C trong khoảng 20 phút thì quay ngược khuôn, nướng thêm 15 đến 20 phút nữa. Việc quay khuôn sẽ giúp bánh nướng chín vàng đều hơn (hình 12).

10. Bánh chín lấy ra khỏi khuôn, để bánh nguội hẳn trên rack rồi mới cắt bánh. Dùng trong 1 đến 2 ngày.

- GHI CHÚ - ....

- BÁNH MÌ BƠ MỀM -

- MILK BUN - DINNER ROLL -

Những chiếc bánh mì tròn be bé xinh xinh nhưng lại cực kỳ có ích: không chỉ dành riêng cho bữa tối, mà còn có thể làm lương thực ăn đường khi đi xa, làm điểm tâm khi bắt đầu ngày mới, làm lót dạ khi xế chiều. Đam mê những chiếc bánh nhỏ xinh ấy, việc thử nghiệm các công thức bánh mì bơ mềm với tôi dường như bất tận, không có công thức "ngon nhất", chỉ có công thức "ngon hơn và ngon hơn nữa", cho đến khi tôi khám phá ra công thức bánh này – công thức cho món bánh mì bơ sữa ngon nhất mà tôi từng thử. Bánh thơm bơ, mềm và nhẹ bâng như bông, dù có ăn bao nhiêu cũng vẫn cảm thấy muốn "thêm một miếng nữa".

MỨC ĐỘ: *Trung bình*
THỜI GIAN CHUẨN BỊ: *3 - 3.5 giờ*
THỜI GIAN NƯỚNG: *35 - 40 phút*

- NGUYÊN LIỆU -

A. PHẦN TANGZHONG:

. 20 g bột bánh mì

. 100g sữa

B. PHẦN BỘT BÁNH:

. 270 g bột bánh mì

. 3 g muối

. 35 g đường

. 15 g sữa bột (không bắt buộc)

. 5 g men instant

. 100 g Tangzhong

. 45 - 50 g sữa

. 40 g trứng [1]

. 35 g bơ (để rất mềm)

---

[1] Đánh tan một quả trứng, đong lấy 40 gram, phần trứng còn lại pha với ½ thìa sữa tươi để quét mặt bánh.

BÁNH MÌ BƠ MỀM

- CÁCH LÀM -

1. Chuẩn bị phần bột Tangzhong:

- Cho các nguyên liệu trong phần (A) vào nồi, quấy đều.

- Đun hỗn hợp ở lửa vừa. Vừa đun vừa quấy. Đến khi hỗn hợp đạt nhiệt độ khoảng 65 đến 68°C thì bắc khỏi bếp. Đổ hỗn hợp ra bát, để nguội (thu được khoảng 102 đến 108 gram Tangzhong).

Lưu ý: Để chuẩn bị phần Tangzhong, nếu không có nhiệt kế đo nhiệt độ, các bạn có thể quan sát sự thay đổi của bột. Khi đạt đến 65°C, hỗn hợp bột sẽ trở nên sệt hơn và chuyển màu trắng đục như hồ dán. Khi nhắc thìa lên sẽ thấy bột đọng lại ở thìa, quệt thử ngón tay qua sẽ thấy tạo vết đọng lại trên thìa (hình 1).

2. Cho bột, muối, đường và sữa bột vào âu trộn. Dùng phới lồng trộn đều. Cho men instant, trộn đều.

Lưu ý: Men dùng trong công thức là loại instant nên không cần kích hoạt. Nhưng các bạn có thể kích hoạt men (theo hướng dẫn trong phần "các bước làm bánh mì" ở đầu chương) để chắc chắn là men còn tốt và còn hoạt động.

3. Vét bột để tạo thành một lỗ trống ở chính giữa. Cho 100 gram Tangzhong (đã nguội), sữa và trứng vào. Dùng thìa gỗ quấy đều từ trong ra ngoài, trộn đến khi các nguyên liệu hòa quyện thành một khối (hình 2 - 3). Đậy kín âu, để bột nghỉ khoảng 15 đến 20 phút.

4. Cho bơ (rất mềm – hình 4) vào trộn đều cùng các nguyên liệu. Nhồi bột đến khi bột mịn dẻo, có độ đàn hồi tốt, ấn thử ngón tay lên mặt bột sẽ

thấy vết lõm lập tức phồng trở lại. Bột hơi ướt, nếu chạm ngón tay lên mặt bột sẽ có cảm giác hơi dính, nhưng khi nhắc ngón tay lên thì bột không dính theo tay (hình 5).

(Xem thêm cách nhồi bột trong phần về "các bước làm bánh mì" ở đầu chương).

5. Đặt bột vào âu có quét một lớp dầu ăn mỏng. Lật khối bột cho dầu ăn bao đều bên ngoài khối bột. Đậy kín âu, ủ bột ở nhiệt độ 25 - 32°C, đến khi bột nở gấp đôi.

Để thử xem bột đã ủ đạt hay không, các bạn ấn một hoặc hai ngón tay vào bột, sâu khoảng 2 cm. Sau khi rút tay lên, nếu vết lõm giữ nguyên tức là bột đã ủ đạt, nếu vết lõm phồng trở lại tức là cần ủ thêm thời gian (hình 6).

6. Dùng mu bàn tay ép nhẹ cho xẹp bọt khí trong khối bột. Lấy bột ra khỏi âu, nhồi lại sơ qua trong khoảng 2 phút. Cân cả khối bột rồi chia thành các viên nhỏ nặng khoảng 30 gram. Để bột nghỉ 10 phút (cần che đậy để bột không bị khô trong khi đợi tạo hình).

Chuẩn bị khay nướng có lót giấy nướng hoặc tấm nướng bánh silicon.

7. Vê tròn các viên bột như sau:

- Túm các mép bột xuống dưới để tạo bề mặt phẳng mịn cho viên bột (hình 7 - 8).

- Đặt viên bánh lên mặt bàn, quay phần mặt mịn của bột lên trên. Khum bàn tay tạo ra một "mái vòm" nhỏ. Di chuyển tay theo vòng tròn, sao cho bánh có thể chạy theo đường tròn trong "mái vòm" này. Sau khoảng 20 đến 30 giây, bột sẽ trở nên tròn đều (hình 9).

Xếp các viên bột lên khay nướng. Nếu muốn có các viên bánh tròn rời nhau thì chừa khoảng cách giữa hai viên bột khoảng 5 cm (để bánh không dính vào nhau khi nở). Cũng có thể đặt các viên bánh gần nhau, khi bánh nở sẽ dính vào nhau tạo thành dạng "tổ ong" (honeycomb) (hình 10). Nếu không dùng khay, các bạn có thể đặt bánh vào khuôn tròn hoặc khuôn vuông (chống dính khuôn bằng bơ hoặc dầu ăn) như hình 11 - 12.

8. Ủ bột ở nơi có nhiệt độ ấm áp và độ ẩm cao (xem thêm về cách ủ bột trong phần về "các bước làm bánh mì" ở đầu chương).

9. Khi bánh nở khoảng 80% thì làm nóng lò ở 175°C (chế độ hai lửa). Chuẩn bị hỗn hợp quét mặt bánh gồm phần trứng còn lại (sau khi lấy 40 gram trứng dùng làm bột bánh) và 1/2 thìa cafe sữa.

10. Khi bột đã nở khoảng gấp đôi thì nhẹ nhàng phết hỗn hợp trứng sữa lên mặt bánh. Có thể rắc thêm hạt lên mặt bánh nếu thích. Đưa bánh vào lò. Xịt nước lên thành lò và khoảng không phía trên bánh.

Nướng bánh ở nhiệt độ 175°C trong khoảng 15 phút thì quay ngược khuôn, nướng thêm 5 đến 10 phút nữa. Việc quay khuôn sẽ giúp bánh nướng chín vàng đều hơn.

11. Bánh chín lấy ra khỏi khuôn, để bánh nguội hẳn trên rack. Dùng trong 1 đến 2 ngày.

- G H I C H Ú - ....

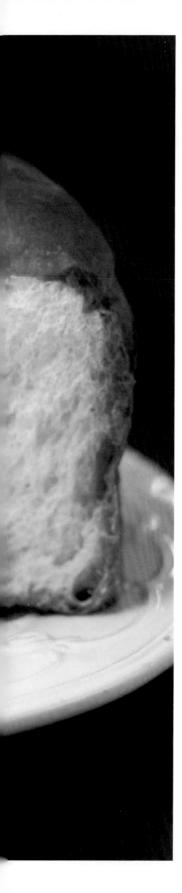

·BÁNH MÌ HOKKAIDO·

- HOKKAIDO BREAD (TANGZHONG) -

Vẫn là bánh mì sử dụng kem và sữa tươi, nhưng công thức này có dùng Tangzhong – một kỹ thuật giúp cho thớ bánh mềm mịn và dẻo dai hơn. Nếu so với công thức bánh mì Hokkaido không có Tangzhong thì công thức bánh này cho phần ruột nhẹ và dai hơn một chút, nhưng đổi lại về độ thơm và "chất" thì hơi kém hơn một chút xíu. Tuy vậy, đây vẫn là một công thức bánh rất ngon và rất đáng để thử nghiệm.

MỨC ĐỘ: *Trung bình*
THỜI GIAN CHUẨN BỊ: *3 - 3.5 giờ*
THỜI GIAN NƯỚNG: *30 - 40 phút*
DỤNG CỤ: *Khuôn tròn đường kính 20 cm, cao 8 - 10 cm*

-NGUYÊN LIỆU-

A. PHẦN TANGZHONG:

. *20 g bột làm bánh mì*

. *100 g sữa tươi không đường*

B. BỘT BÁNH:

. *270 g bột làm bánh mì*

. *4 g muối*

. *20 g sữa bột*

. *5 g men instant*

. *1 trứng gà*

. *100 g kem tươi*

. *40 g mật ong (hoặc 30 g đường)*

. *90 g Tangzhong*

BÁNH MÌ HOKKAIDO

- CÁCH ✕ LÀM -

1. Chuẩn bị bột Tangzhong như bước (1) trong công thức bánh mì bơ mềm.

2. Cho bột, muối và sữa bột vào âu trộn. Dùng phới lồng trộn đều. Cho men instant, trộn đều.

Lưu ý: Men dùng trong công thức là loại instant nên không cần kích hoạt. Nhưng các bạn có thể kích hoạt men (theo hướng dẫn trong phần "các bước làm bánh mì" ở đầu chương) để chắc chắn là men còn tốt và còn hoạt động.

3. Vét bột để tạo thành một lỗ trống ở chính giữa. Cho các nguyên liệu còn lại vào âu. Dùng thìa gỗ quấy đều từ trong ra ngoài, trộn đến khi các nguyên liệu hòa quyện thành một khối (hình 1 - 2). Đậy kín âu, để bột nghỉ khoảng 15 đến 20 phút.

4. Nhồi bột đến khi bột mịn dẻo, có độ đàn hồi tốt, ấn thử ngón tay lên mặt bột sẽ thấy vết lõm lập tức phồng trở lại. Bột hơi ướt, nếu chạm ngón tay lên mặt bột sẽ có cảm giác hơi dính, nhưng khi nhấc ngón tay lên thì bột không dính theo tay.

(Xem thêm cách nhồi bột trong phần về "các bước làm bánh mì" ở đầu chương).

5. Đặt bột vào âu có quét một lớp dầu ăn mỏng. Lật khối bột cho dầu ăn bao đều bên ngoài khối bột. Đậy kín âu, ủ bột ở nhiệt độ 25 - 32°C, đến khi bột nở gấp đôi.

Để thử xem bột đã ủ đạt hay không, các bạn ấn một hoặc hai ngón tay vào bột, sâu khoảng 2 cm. Sau khi rút tay lên, nếu vết lõm giữ nguyên tức là bột đã ủ đạt, nếu vết lõm phồng trở lại tức là cần ủ thêm thời gian (hình 3).

6. Dùng mu bàn tay ép nhẹ cho xẹp bọt khí trong khối bột. Lấy bột ra khỏi âu, nhồi lại sơ qua trong khoảng 2 phút. Cân cả khối bột rồi chia thành bảy phần nhỏ, mỗi phần nặng khoảng 76 đến 78 gram. Để bột nghỉ 10 phút (cần che đậy để bột không bị khô trong khi đợi tạo hình).

Chuẩn bị khuôn tròn, chống dính cho khuôn bằng cách quét một lớp bơ mỏng lên lòng và thành trong của khuôn.

7. Tạo hình:

- Vê tròn từng phần bột (tham khảo cách vê tròn trong công thức bánh mì bơ mềm).
- Đặt các viên bột vào khuôn. Chừa khoảng cách đều nhau giữa các viên bột. Khi bột nở sẽ tự dính vào nhau và tạo thành hình bông hoa (hình 4).

8. Ủ bột ở nơi có nhiệt độ ấm áp và độ ẩm

cao (xem thêm về cách ủ bột trong phần về "các bước làm bánh mì" ở đầu chương).

9. Khi bánh nở khoảng 80% (hình 5) thì làm nóng lò ở 180°C (chế độ hai lửa).

10. Khi lò đã đủ nóng và bột đã nở khoảng gấp đôi, cho khuôn vào lò nướng. Xịt nước (sạch) lên thành lò và khoảng không phía trên bánh.
Nướng bánh ở nhiệt độ 175 đến 177°C trong khoảng 15 đến 20 phút thì quay ngược khuôn. Hạ nhiệt độ xuống 170°C, nướng thêm 15 đến 20 phút nữa. Việc quay khuôn sẽ giúp bánh nướng chín vàng đều hơn.

11. Bánh chín lấy ra khỏi khuôn, để bánh nguội hẳn trên rack. Để mặt bánh bóng đẹp và thơm, có thể quét một lớp bơ (đã đun chảy) lên mặt bánh, hoặc quét kem tươi (quét từng chút một để có thời gian thẩm thấu). Dùng trong 1 đến 2 ngày.

- GHI CHÚ -

....

....

- BÁNH MÌ CUỘN NHO QUẾ -

- CINNAMON ROLL -

Tôi rất thích làm món bánh này trong những ngày mưa lạnh hoặc khi cần cảm giác ấm áp. Mùi bánh mì nướng quyện với mùi bơ, mùi đường quế dường như có thể xua tan hết cả cái lạnh lẫn sự cô đơn. Bánh có phần vỏ ngoài hơi giòn nhưng trong ruột lại mềm xốp. Vị chua từ nho khô và từ phần Glaze chanh leo giúp cân bằng vị ngọt đậm đà từ đường và ngậy béo của bơ, làm cho bánh dễ ăn và không hề bị ngấy.

MỨC ĐỘ: *Trung bình*

THỜI GIAN CHUẨN BỊ: *3 - 3.5 giờ*

THỜI GIAN NƯỚNG: *35 - 40 phút*

DỤNG CỤ: *Khuôn vuông kích thước 20 x 20 cm*

- NGUYÊN LIỆU -

A. PHẦN BÁNH:

. *1 công thức bánh mì bơ mềm*

B. PHẦN NHÂN NHO QUẾ:

. *100 g nho khô (có thể thay bằng quả khô loại khác)*

. *35 - 40 g rượu Rum*

. *60 g bơ (mềm nhão)*

. *100 g đường vàng*

. *20 g bột hạnh nhân*

. *4 g bột quế*

C. PHẦN GLAZE MẬT ONG CHANH:

. *80 g đường bột (đường icing)*

. *20 g mật ong*

. *20 g nước cốt chanh*

BÁNH MÌ CUỘN NHO QUẾ

- CÁCH   LÀM -

1. Chuẩn bị phần bột bánh theo công thức bánh mì bơ mềm. Sau lần ủ thứ nhất, nhồi lại bột sơ qua trong khoảng 2 phút, để bột nghỉ 5 đến 10 phút rồi tạo hình.

2. Trong quá trình đợi ủ bột lần thứ nhất, ngâm nho với rượu Rum, để khoảng 1 đến 1.5 giờ để nho mềm bớt. Nếu không muốn dùng rượu, có thể ngâm nho trong nước ấm.

3. Cán bột thành hình chữ nhật cỡ 30 x 25 cm, để bột nghỉ thêm 5 phút.
Lưu ý: - Nếu bột co lại trong khi cán thì cố gắng cán bột thành hình chữ nhật rộng hết mức có thể rồi để bột nghỉ khoảng 3 đến 5 phút. Bột sẽ bớt co dãn và dễ cán hơn.
- Cần che đậy bột khi bột nghỉ, tránh để mặt bột bị khô.

4. Trộn đều bơ, đường, bột hạnh nhân và bột quế. Phết hỗn hợp lên mặt bột (hình 1).

5. Đổ nho ra rổ, xóc cho ráo rượu hoặc nước. Rắc nho lên trên phần đường quế (hình 2). Nhẹ nhàng cuộn bột lại theo chiều ngang. Ta sẽ có một cuộn bột dài 30

cm. Cắt bột thành 9 miếng, mỗi miếng dày khoảng 3.3 cm (hình 3).

6. Chống dính khuôn bằng cách quét một lớp bơ mỏng lên đáy và thành trong của khuôn. Đặt các miếng bột vào khuôn (hình 4).

7. Ủ bột ở nơi có nhiệt độ ấm áp và độ ẩm cao (xem thêm về cách ủ bột trong phần về "các bước làm bánh mì" ở đầu chương).

8. Khi bánh nở khoảng 80% (hình 5) thì làm nóng lò ở 175°C (chế độ hai lửa).

9. Khi bột đã nở khoảng gấp đôi thì cho khuôn vào lò. Xịt nước lên thành lò và khoảng không phía trên bánh. Nướng bánh ở nhiệt độ 175°C trong khoảng 15 phút thì quay ngược khuôn, nướng thêm 5 đến 10 phút nữa.

10. Bánh chín lấy ra khỏi lò, để bánh trong khuôn khoảng 15 đến 20 phút rồi lấy bánh ra khỏi khuôn, để nguội hẳn trên rack.

11. Khi dùng, trộn đều các nguyên liệu trong phần (C) rồi rưới lên mặt bánh.

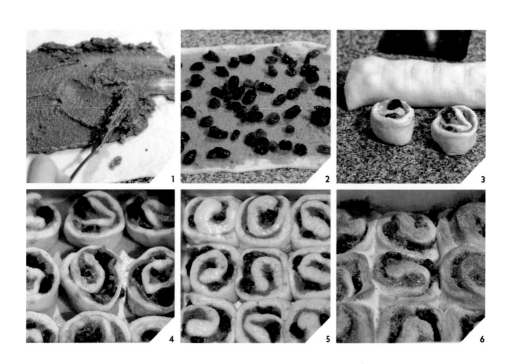

....

....

- BÁNH MÌ XÚC XÍCH KIỂU HỒNG KÔNG -

- HONG KONG SAUSAGE ROLL -

C ũng là cuộn xúc xích, nhưng món bánh xúc xích của Hồng Kông nổi tiếng nhờ lớp vỏ bánh rất mềm mại, dù để qua ngày cũng không bị khô cứng. Phiên bản bánh mì xúc xích này tôi sử dụng công thức bánh mì kem tươi Hokkaido và tạo hình bánh nhỏ, để bánh giống như một loại đồ ăn chơi (snack) hơn là cho bữa ăn chính. Món bánh này có thể dùng kèm các loại xốt như mayonnaise, ketchup hay mù tạt đều rất ngon.

MỨC ĐỘ: *Trung bình*
THỜI GIAN CHUẨN BỊ: *3 - 3.5 giờ*
THỜI GIAN NƯỚNG: *15 - 20 phút*
DỤNG CỤ: *Khay nướng và giấy nền hoặc tấm nướng silicon*

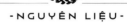

- NGUYÊN LIỆU -

. ½ công thức bánh mì kem tươi Hokkaido
(không dùng Tangzhong)

. 24 miếng xúc xích dài khoảng 3 - 4 cm

. 1 quả trứng

. 10 g nước hoặc sữa

. vừng trắng

1. Chuẩn bị bột theo công thức bánh mì kem tươi Hokkaido. Sau khi bột ủ lần thứ nhất, nhồi lại bột sơ qua trong khoảng 2 phút. Chia bột thành 24 phần, mỗi phần nặng khoảng 23 gram. Để bột nghỉ 10 phút (cần che dậy để bột không bị khô trong khi đợi tạo hình).

2. Vê tròn các viên bột (tham khảo cách vê tròn bột trong công thức "bánh mì bơ mềm") (hình 1). Lần lượt cán dẹt các viên bột thành hình bầu dục (hình 2). Che kín bột, để nghỉ 5 phút.

3. Vê một đầu hình bầu dục để tạo thành hình tù và giống một chiếc ốc quế (hình 3 - 4). Làm hết với tất cả các phần bột.
Chuẩn bị khay nướng có lót giấy nến hoặc tấm nướng silicon.

4. Quay lại cán dẹt viên bột đầu tiên, ta sẽ có một hình thang dài. Cần cán bột khá mỏng, sao cho độ dài của miếng bột khoảng 15 đến 20 cm (hình 5). Đặt miếng xúc xích vào phần đáy của tam giác, cuộn lại. Đặt bánh lên khay nướng (hình 6 - 7). Tiếp tục làm cho đến khi hết bột.

5. Ủ bột ở nơi có nhiệt độ ấm áp và độ ẩm cao (xem thêm về cách ủ bột trong phần về "các bước làm bánh mì" ở đầu chương).

6. Khi bột nở khoảng 80% thì làm nóng lò ở 175°C (chế độ hai lửa). Đánh tan nhẹ trứng và sữa để quét mặt bánh.

7. Khi bột đã nở khoảng gấp đôi thì nhẹ nhàng quét trứng lên bề mặt bột rồi rắc vừng (hình 8 - 9). Đưa bánh vào lò. Xịt nước sạch lên thành lò và khoảng không phía trên lò. Nướng bánh ở nhiệt độ 175°C trong khoảng 10 đến 13 phút thì quay ngược khuôn, nướng thêm 5 đến 10 phút nữa.

8. Bánh chín lấy ra khỏi lò, để bánh nguội trên giá có khe hoặc lỗ hở. Dùng trong 1 đến 2 ngày.

- GHI CHÚ -

....

....

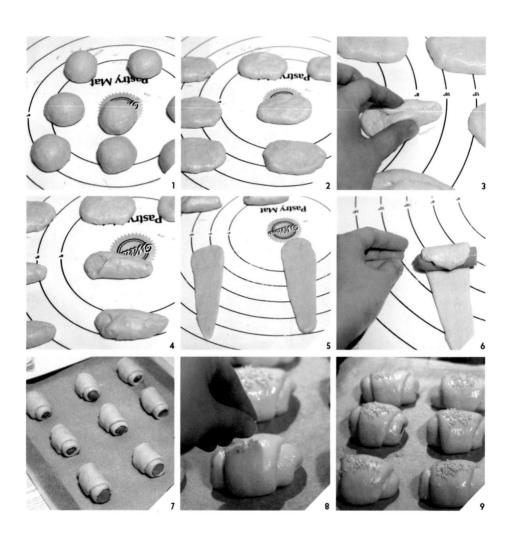

- BÁNH MÌ ỐC QUẾ -

- CONE BUN WITH CUSTARD FILLING -

Những chiếc "vỏ ốc" xinh xinh thơm phức vàng ruộm với phần kem trứng thanh mát, ngọt nhẹ nhàng, điểm thêm hạt vừng giòn tan tí tách, sẽ là món quà rất tuyệt không chỉ cho các bé mà cho cả bố mẹ sau một ngày học tập hay làm việc mệt mỏi.

MỨC ĐỘ: *Trung bình*

THỜI GIAN CHUẨN BỊ: *3 - 3.5 giờ*

THỜI GIAN NƯỚNG: *25 - 30 phút*

DỤNG CỤ: *Khay nướng và giấy nến hoặc tấm nướng silicon Giấy bạc để làm khuôn ốc quế*

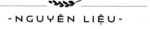

- NGUYÊN LIỆU -

A. PHẦN VỎ BÁNH:

. ½ công thức bánh mì kem tươi Hokkaido (không dùng Tangzhong)

. 1 quả trứng

. 10 g nước hoặc sữa

. vừng trắng

B. PHẦN NHÂN KEM TRỨNG:

. 2 quả trứng

. 50 g đường

. 20 g bột mì đa dụng

. 300 g sữa

. ½ thìa cafe (3 ml) va-ni chiết xuất

A. Phần vỏ bánh:

1. Chuẩn bị khuôn ốc quế:

- Cắt giấy bạc thành hình vuông cỡ 15 x 15 cm. Gấp đôi theo đường chéo.

- Cuộn giấy bạc tạo thành hình tù và (hay hình ốc) dài khoảng 6 đến 7 cm, đường kính miệng khoảng 4 cm. Có thể đặt một hoặc hai ngón tay vào bên trong khuôn giấy, nắn cho giấy bạc ép sát lại với nhau và khuôn được chắc chắn (hình 1 - 2).

2. Chuẩn bị bột theo công thức bánh mì kem tươi Hokkaido. Sau khi bột được ủ lần thứ nhất, nhồi lại bột sơ qua trong khoảng 2 phút. Chia bột thành 16 phần, mỗi phần nặng khoảng 33 - 35 gram. Để bột nghỉ 10 phút (cần che đậy để bột không bị khô trong khi đợi tạo hình).

3. Cán dẹt từng viên bột rồi cuộn lại để có một cuộn bánh mì dài. Làm lần lượt hết 16 phần bột rồi quay lại với phần bột đầu tiên. Dùng lòng bàn tay lăn nhẹ cuộn bột trên mặt bàn để cuộn bột thuôn dài và nhỏ hơn. Bột sau khi lăn xong dài khoảng 30 đến 35 cm. Đậy kín, để bột nghỉ khoảng 5 đến 10 phút (hình 3 - 4).

4. Chuẩn bị khay nướng có lót giấy nến hoặc tấm nướng silicon. Lần lượt cuộn từng cuộn bột vòng quanh khuôn giấy vừa chuẩn bị (hình 5). Cuộn từ dưới lên trên, làm sao để bột che hết phần bên ngoài giấy bạc và dính liền nhau.

Khi cuộn bột nên làm rất nhẹ tay, tránh làm dẹp hoặc kéo dãn bột làm các lớp bột không đều nhau.

Đặt bột lên khay nướng. Chừa khoảng cách rộng giữa các phần bột để bánh nở không dính vào nhau (bánh sau khi nướng xong sẽ nở gấp 2.5 đến 3 lần so với ban đầu) (hình 6).

5. Ủ bột ở nơi có nhiệt độ ấm áp và độ ẩm cao (xem thêm về cách ủ bột trong phần về "các bước làm bánh mì" ở đầu chương).

6. Khi bột nở khoảng 80% thì làm nóng lò ở 175°C (chế độ hai lửa). Đánh tan nhẹ trứng và sữa để quét mặt bánh.

7. Khi bột đã nở khoảng gấp đôi thì nhẹ nhàng quét trứng lên bề mặt bột rồi rắc vừng (hình 7). Đưa bánh vào lò. Xịt nước sạch lên thành lò và khoảng không phía trên bánh. Nướng bánh ở nhiệt độ 175°C trong khoảng 15 phút thì quay ngược khuôn, nướng thêm 10 đến 15 phút nữa.

8. Bánh chín lấy ra khỏi lò, để nguội trên rack. Khi bánh nguội hẳn thì cho nhân kem trứng (đã nguội). Dùng trong 1 đến 2 ngày.

B. Phần nhân bánh:

1. Đánh tan nhẹ trứng với đường đến khi hỗn hợp đặc mịn, trứng chuyển màu vàng nhạt.

2. Rây bột vào phần trứng đường, quấy đều. Cho sữa. Quấy đều.

3. Lọc hỗn hợp qua rây, cho vào nồi. Đun hỗn hợp ở lửa vừa, vừa đun vừa quấy đều tay. Khi hỗn hợp chuyển sang dạng hơi sệt thì bắc khỏi bếp. Cho va-ni vào, quấy đều.

Lưu ý: - Hỗn hợp sẽ tiếp tục đặc sau khi nguội nên chỉ cần hỗn hợp hơi sệt là có thể bắc ra khỏi bếp.

- Nếu nếm thử thấy còn vị bột trong hỗn hợp thì cho thêm chút sữa, quấy đều để hỗn hợp loãng ra rồi đun tiếp đến khi chín hoàn toàn, không còn vị bột nữa.

- Phần kem trứng này cho sản phẩm có vị ngọt thanh, mát và hơi có vị dai. Nếu không muốn vị dai, có thể thay bột mì bằng bột ngô. Nếu muốn phần nhân béo hơn, có thể tham khảo công thức nhân kem trứng của bánh su kem (chương 2).

- G H I   C H Ú -

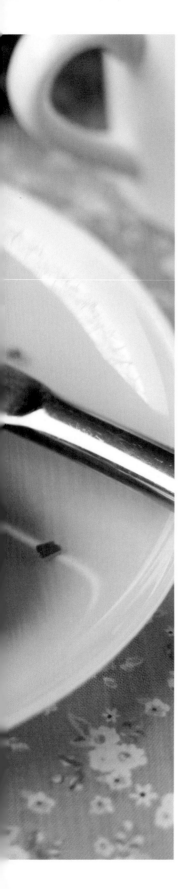

- BÁNH MÌ TỔ CÚT -

- BIRD NEST BUN -

Nhờ bàn tay khéo léo của các bà mẹ và các cô con gái, phần bột bánh xù xì được "biến hình" thành những chiếc tổ xinh xinh, bên trong lắp đầy trứng cút, xúc xích, hành lá và chà bông thơm ngon – chắc chắn sẽ là món điểm tâm được cả nhà tán thưởng.

MỨC ĐỘ: *Trung bình*
THỜI GIAN CHUẨN BỊ: *3 - 3.5 giờ*
THỜI GIAN NƯỚNG: *30 - 35 phút*
DỤNG CỤ: *Khay nướng và giấy nến hoặc tấm nướng silicon*

- NGUYÊN LIỆU -

A. PHẦN VỎ BÁNH:

. 1 công thức bánh mì
Hokkaido (dùng Tangzhong)

. 20 g bơ – mềm nhão

. 20 g dầu ăn

. 1 quả trứng

. 10 g nước hoặc sữa

. vừng trắng

B. PHẦN NHÂN MẶN:

. 30 - 40 g xúc xích –
thái hạt lựu

. 2 cây hành lá – thái khoanh
tròn phần hành xanh

. 10 trứng cút luộc chín – bóc vỏ

. chà bông (ruốc)

1. Chuẩn bị bột theo công thức bánh mì Hokkaido (có sử dụng Tangzhong). Sau khi bột ủ lần thứ nhất, nhồi lại bột sơ qua trong khoảng 2 phút. Chia bột thành 10 phần, mỗi phần nặng khoảng 55 gram. Để bột nghỉ 10 phút (cần che đậy để bột không bị khô trong khi đợi tạo hình).

2. Vê tròn rồi cán dẹt các phần bột thành hình chữ nhật cỡ 10 x 5 cm. Đậy kín, để bột nghỉ khoảng 5 phút.
Chuẩn bị khay nướng có lót giấy nến hoặc tấm nướng silicon.

3. Phết bơ (đã mềm nhão) lên mặt trên của miếng bột (hình 1). Cuộn bột lại (hình 2). Gấp đôi bột lại, để phần có mép bột quay vào trong (hình 3). Cắt một đường ở giữa miếng bột rồi bẻ đôi và xoay phần mặt cắt lên trên (hình 4). Ta sẽ có một "tổ chim" với phần giữa hơi hẹp lại (hình 5). Bơ có tác dụng giúp cho các lớp bột tách nhau để bánh giống hình tổ chim hơn. Chỉnh lại cho "tổ chim" được đẹp rồi đặt bột lên khay. Làm tương tự với các phần bột còn lại. Lưu ý chừa khoảng cách rộng giữa các miếng bột để khi bột nở không bị dính vào nhau.

4. Ủ bột ở nơi có nhiệt độ ấm áp và độ ẩm cao (xem thêm về cách ủ bột trong phần về "các bước làm bánh mì" ở đầu chương). Chuẩn bị phần nhân bánh.

5. Khi bột nở khoảng 80% thì làm nóng lò ở 175°C (chế độ hai lửa). Đánh tan nhẹ trứng và sữa để quét mặt bánh.

6. Khi bột đã nở khoảng gấp đôi và lò nướng đã đủ nóng, nhẹ nhàng quét trứng lên mặt bột. Cắt đôi trứng cút đặt lên bánh. Xếp xúc xích xung quanh. Nên chừa phần diềm ngoài bánh để tạo hình bánh giống với tổ chim hơn (hình 6). Quét một lớp mỏng dầu ăn lên trên trứng và xúc xích để giữ cho xúc xích không bị cháy trong khi nướng. Hoặc có thể dùng xốt mayonnaise trong suốt (trong công thức "bánh mì chà bông) để phủ lên trên trứng và xúc xích.

7. Đưa bánh vào lò. Xịt nước sạch lên thành lò và khoảng không phía trên bánh. Nướng bánh ở nhiệt độ 175°C trong khoảng 20 phút thì quay ngược khuôn, nướng thêm 10 đến 15 phút nữa.

8. Bánh chín lấy ra khỏi lò, để bánh nguội trên giá có khe hoặc lỗ hở. Rắc hành lá và chà bông lên mặt bánh. Có thể dùng thêm xốt mayonnaise tùy thích. Dùng trong 1 đến 2 ngày.

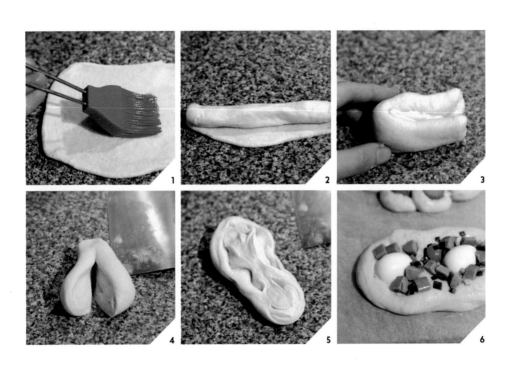

....

....

....

....

- PAPPAROTI -

Thêm một món quà nữa cho những ngày đông lạnh. Mơ ước làm sao cảm giác chờ những chiếc bánh tròn vo xinh xắn nở phồng lên trong lò, hít hà mùi thơm của bơ quyện với cà phê thơm lựng và ấm sực. Và rồi sau tiếng "keng" của lò nướng sẽ là những chiếc bánh mềm nóng hổi với lớp vỏ giòn rụm để cả nhà lót dạ trong buổi tối gió mùa rét mướt.

MỨC ĐỘ: *Trung bình*
THỜI GIAN CHUẨN BỊ: *3 - 3.5 giờ*
THỜI GIAN NƯỚNG: *20 - 25 phút*
DỤNG CỤ: *Khay nướng và giấy nến hoặc tấm nướng silicon*

- NGUYÊN LIỆU -

A. PHẦN BÁNH:

. 1 công thức bánh mì bơ mềm

B. PHẦN NHÂN BÁNH:

. 50-60 g bơ (nhạt hoặc mặn tùy thích)

C. PHẦN PHỦ BÁNH[1]:

. 10 g sữa nóng

. 5 g bột cà phê tan

. 30 g bơ nhạt – để mềm ở nhiệt độ phòng

. 25 g đường

. 1 một nhúm nhỏ muối

. 25 g trứng [2]

. 1 g bột ca cao

. 35 g bột mì đa dụng

---

[1] Công thức dựa theo đề bài của hoạt động *Baking Challenge* kỳ 31. Chân thành cảm ơn thành viên luongtam và BTC *Baking Challenge* đã nhiệt tình thử nghiệm và cung cấp các hướng dẫn chi tiết.
[2] Đánh tan nhẹ một quả trứng rồi cân lấy 25 gram.

PAPPAROTI

- **CÁCH LÀM** -

1. Chuẩn bị phần bột bánh theo công thức bánh mì bơ mềm. Sau lần ủ thứ nhất, nhồi lại bột sơ qua trong khoảng 2 phút. Chia bột thành 12 phần bằng nhau, mỗi phần nặng khoảng 42 đến 44 gram. Để bột nghỉ 5 đến 10 phút (cần che đậy kín để tránh cho bột bị khô).

2. Chuẩn bị phần nhân bánh: Cắt bơ thành 12 viên nhỏ, mỗi viên khoảng 4 đến 5 gram (hình 1). Để bơ trong tủ lạnh, đến khi nặn bánh mới lấy ra để tránh bơ bị chảy.

Chuẩn bị khay nướng có lót giấy nến hoặc tấm lót silicon.

3. Vê tròn từng phần bột, cán dẹt. Cho nhân bơ vào giữa rồi gói chặt lại. Lưu ý dính mép bột kỹ, tránh để bơ nóng chảy trong khi nướng sẽ trào ra ngoài. Vê bột lại cho tròn, đặt bột lên khay, quay phần có vết dính mép bột xuống dưới (hình 2 - 3).

4. Ủ bột ở nơi có nhiệt độ ấm áp và độ ẩm cao (hình 4) (xem thêm về cách ủ bột trong phần về "các bước làm bánh mì" ở đầu chương).

5. Trong khi ủ bột, chuẩn bị phần phủ bánh như sau:
- Hòa tan cà phê với sữa nóng (hình 5). Để nguội. Hoặc có thể thay bằng cà phê phin (lượng cà phê phin bằng tổng lượng sữa và bột cà phê tan).
- Cho bơ, đường, muối vào âu. Trộn đều đến khi nguyên liệu hòa quyện (hình 6).
- Cho trứng vào, trộn đều đến khi hỗn hợp hòa quyện và mịn (hình 7).
Lưu ý: Không đánh quá nhiều, kem sẽ dễ bị rỗ.

- Rây bột mì và bột ca cao vào âu, trộn đều (hình 8).
- Cho cà phê sữa vào âu, trộn đều đến khi hỗn hợp hòa quyện, mịn mượt (hình 9).
- Cho phần phủ bánh vào túi bắt kem, xoắn đầu túi thật chặt, để ngăn mát tủ lạnh (hình 10).
Lưu ý: Phần phủ bánh có nhiều bơ nên tốt nhất là giữ trong tủ lạnh, đến khi dùng mới lấy ra. Để ngoài bơ sẽ nhanh chảy, hoặc lớp phủ quá mềm, khi cho vào lò nướng sẽ chảy nhanh, làm phần vỏ bánh mỏng, không được đẹp.

6. Khi bánh nở khoảng 80% thì làm nóng lò ở 180°C (chế độ hai lửa).

7. Khi bột đã nở khoảng gấp đôi thì phun phần phủ thành hình xoắn ốc lên trên bánh. Chỉ phun khoảng 1/2 đến 2/3 bánh, khi nướng phần kem phủ này sẽ chảy ra và bao toàn bộ mặt bánh (hình 11).

8. Đưa bánh vào lò. Nướng bánh ở nhiệt độ 180°C trong khoảng 15 phút thì quay ngược khuôn, nướng thêm 5 đến 10 phút nữa. Sau khoảng 3 đến 4 phút phần kem phủ sẽ chảy và phủ hết toàn bộ bánh (hình 12). Nếu mặt bánh có dấu hiệu quá sậm màu thì phủ giấy bạc lên để che cho mặt bánh không bị cháy.

9. Bánh chín lấy ra khỏi lò, để bánh trong khuôn khoảng 15 đến 20 phút rồi lấy bánh ra khỏi khuôn, để nguội hẳn trên rack. Dùng ngay trong ngày. Nếu để qua ngày và phần phủ bánh bị iu thì nướng lại bánh ở nhiệt độ 160°C trong khoảng 5 đến 10 phút, vỏ bánh sẽ giòn thơm trở lại.

· BÁNH MÌ CHÀ BÔNG ·
- FLOSS BUN -

Món bánh này đã từng là "bạn thân" của tôi thời học sinh, là đồ ăn lót dạ quen thuộc trước những giờ học phụ đạo sau khi tan học chính. Bánh mì ngọt mềm, thêm ít chà bông bùi bùi thơm thơm, và đặc biệt là phần xốt dai dai, trong suốt, thơm béo mùi bơ, mằn mặn, ngòn ngọt, đơn giản mà khiến người ta dễ nghiện.

MỨC ĐỘ: *Trung bình*
THỜI GIAN CHUẨN BỊ: *3 - 3.5 giờ*
THỜI GIAN NƯỚNG: *30 - 40 phút*
DỤNG CỤ: *Khay nướng và giấy nến hoặc tấm nướng silicon*

- NGUYÊN LIỆU -

A. PHẦN BÁNH:

. *1 công thức bánh mì bơ mềm*

B. PHẦN XỐT MAYONNAISE "TRONG SUỐT":

. *20 g bột ngô*

. *240 g nước*

. *40 g đường*

. *2 g muối*

. *30 g bơ*

1. Chuẩn bị bánh theo công thức bánh mì bơ mềm. Các bạn có thể nặn bánh thành viên tròn hoặc dạng ổ tùy thích. Nếu là bánh dạng tròn thì một viên bột nên nặng khoảng 20 đến 30 gram. Nếu là bánh dạng ổ thì một viên bột nên nặng khoảng 40 đến 45 gram.

Bạn cũng có thể thêm nhân bánh: pa tê, ruốc, xúc xích... khi tạo hình.

Sau khi bánh chín, để bánh nguội hẳn trên rack.

2. Cách làm phần xốt mayonnaise trong suốt:

- Hòa tan 20 gram bột ngô với 60 gram nước (lấy từ phần 240 gram nước trong công thức).

- Cho các nguyên liệu còn lại gồm 180 gram nước, đường, muối, và bơ vào nồi. Bật lửa to, quấy đều.

Lưu ý: Ở bước này, các bạn có thể điều chỉnh đường và muối tùy theo khẩu vị. Nếu không quen ăn ngọt nhiều hoặc thích

xốt có vị mặn nhiều hơn, có thể chỉ cho 20 gram đường vào rồi nếm thử (khi các nguyên liệu đã tan hết và hòa quyện với nhau) rồi cho thêm đường hoặc muối tùy thích.

- Khi hỗn hợp bắt đầu sôi thì cho phần nước hòa tan bột ngô vào, quấy đều. Hạ lửa vừa, đun thêm 2 đến 3 phút (quấy đều tay và liên tục trong khi đun), đến khi hỗn hợp chuyển trong và hơi sệt, nếm thử không thấy có vị bột chín thì bắc khỏi bếp, để nguội.

3. Hoàn thiện: Khi bánh và xốt đã nguội thì trét xốt lên trên bánh, phủ chà bông (ruốc). Dùng trong 1 đến 2 ngày.

- GHI CHÚ -

....

....

....

....

bio tarwebrood

1/1 - € 9,80
1/2 - € 4,90
1/4 - € 2,60

CONTROLE BE-BIO-01

Baguette "à l'ancienne"

Façonnée à la main, fermentation lente, cuite sur pierre
Met de hand gemaakt, langzaam gefermenteerd, op steen gebakken 1,90

BOULANGERIE ET TABLE COMMUNE

BÁNH MÌ VỎ GIÒN

Nếu làm bánh là một cuộc dạo chơi trong bếp thì trong chuyến ngao du ấy, bánh mì ngọt mềm hẳn phải là thung lũng ngát hoa còn bánh mì vỏ giòn sẽ là đỉnh núi cao phủ đầy tuyết trắng.

Bánh mì ngọt mềm không quá khó để chinh phục, thậm chí rất dễ để bị "sa đà". Thay đổi công thức, thêm bớt nguyên liệu để tìm ra những loại bánh mềm xốp hơn, ngon hơn nữa, cũng như đi dạo trong cánh đồng hoa, đã tìm thấy khóm hoa tưởng chừng đẹp nhất rồi nhưng mắt vẫn không thể rời những bông bên cạnh. Bánh mì vỏ giòn thì khác, thô ráp, đơn sơ và thuần khiết như những đỉnh núi lẩn khuất trong mây. Hấp dẫn đấy nhưng chinh phục lại gian nan. Bánh mì vỏ giòn không yêu cầu nhiều thứ nguyên liệu như bánh mì ngọt mềm, có khi chỉ cần bột, men, nước và muối. Nhưng để làm ra được một chiếc bánh mì vỏ giòn chất lượng, người làm bánh cần không chỉ kỹ năng, kinh nghiệm mà cả sự bền bỉ kiên trì nữa.

Tôi bắt tay vào học làm bánh mì vỏ giòn khá muộn, sau khi đã làm rất nhiều loại bánh mì ngọt mềm khác nhau. Cứ nghĩ là làm bánh mì ngọt mềm nhiều như vậy thì kinh nghiệm về bánh mì của mình cũng khá ổn rồi. Thế mà đến lúc học làm bánh mì vỏ giòn mới thấy những gì mình đã biết quá nhỏ bé trong thế giới bánh mì mênh mông.

Có thời gian đến gần nửa tháng tôi hầu như không ăn cơm vì ngày nào cũng thử một mẻ bánh mì mới để kiểm tra sự khác biệt khi thay đổi tỉ lệ nguyên liệu và cả để luyện tập nâng cao "tay nghề". Không phải là rất suôn sẻ nhưng đổi lại, việc "leo núi" học làm bánh mì vỏ giòn giúp tôi hiểu thêm nhiều điều về quá trình ủ và lên men của bánh, về cách kiểm soát nhiệt độ và thời gian ủ, và hơn tất cả là về vị ngon thực sự của một chiếc bánh mì, kể cả khi không đường, không bơ, không trứng và sữa. Vị ngon ấy không chỉ nằm ở lớp vỏ ngoài vàng nâu giòn rụm, thơm mùi bánh mì mới nướng, mà còn ở phần ruột xốp ẩm với vị ngọt đậm đà tự nhiên còn đọng lại trên đầu lưỡi ngay cả khi miếng bánh đã tan hết. Có nhiều loại bánh mì vỏ giòn khác nhau nhưng tôi muốn chia sẻ với bạn hai công thức mà tôi đặc biệt ưng ý, cho ra hai loại sản phẩm rất quen thuộc với người Việt Nam: "bánh mì vỏ giòn ruột xốp" và "bánh mì đặc ruột thơm bơ". Cả hai loại bánh này cùng có lớp vỏ mỏng, giòn rụm nhưng phần ruột – đúng như tên gọi – có đôi chút khác biệt. Công thức thứ nhất cho bánh có phần ruột rất nhẹ, rất xốp, nhiều lỗ khí to nhỏ khác nhau. Công thức thứ hai cho bánh có phần ruột xốp, dày và đặc hơn một chút, thêm chút thơm ngậy của bơ. Với hai công thức, tùy theo khẩu vị và mục đích sử dụng mà bạn có thể tạo hình theo ý thích: dạng ổ (Torpedo hay Bartard) như bánh mì Việt Nam, dạng que dài Baguette, hay hình tròn nhỏ.

Bên cạnh hai loại bánh mì vỏ giòn trên, trong chương này, tôi cũng muốn chia sẻ thêm một loại "bánh mì vỏ giòn phủ nhân mặn" rất nổi tiếng khác đến từ nước Ý. Đó là Pizza. Công thức giới thiệu trong sách là một phiên bản mới, được "nâng cấp" từ công thức Pizza đã có tại Savoury Days hai năm về trước: thao tác không chỉ đơn giản hơn mà sản phẩm cũng thơm ngon hơn và có thể được dùng để làm cả hai loại Pizza "đế dày" và "đế mỏng".

1. Làm thế nào để vỏ bánh giòn?

Về cơ bản, các bước làm bánh mì vỏ giòn cũng giống như bánh mì vỏ mềm ngọt. Nhưng để vỏ bánh được giòn rụm, không bị cứng, không bị khô và không quá dày thì ở khâu nướng bánh có hai yếu tố cần đặc biệt chú ý. Đó là nhiệt độ nướng rất cao và trong lò có nhiều hơi nước.

• Nhiệt độ nướng cao:

Các công thức làm bánh mì vỏ giòn nhìn chung đều yêu cầu nhiệt độ nướng tối thiểu là 200°C. Nhiệt độ cao không chỉ giúp vỏ bánh giòn mà còn giúp "kích" cho nước trong bánh bốc hơi nhanh, góp phần tạo ra nguồn hơi nước "thúc" cho bánh nở (nhiệt độ thấp hơn sẽ làm cho vỏ dễ mềm và dày, khô). Vì lý do này mà nhiệt độ khi đưa bánh vào lò và trong khoảng 5 đến 7 phút đầu tiên khi nướng bánh luôn cần rất cao. Tôi thường làm nóng lò ở 250°C (mức cao nhất của lò mà tôi sử dụng). Sau khi đưa bánh vào lò thì hạ xuống nướng trong khoảng 220 - 230°C. Làm nóng lò với nhiệt độ cao hơn cần thiết sẽ giúp bù lại một phần nhiệt bị mất do mở cửa lò để đưa bánh vào.

Không chỉ cần nhiệt trong lò cao mà nhiệt của khay dùng để nướng bánh (vật tiếp xúc với đế bánh) cũng cần rất cao. Để đạt được điều này, có thể sử dụng tấm đá nướng bánh (baking stone), là một kiểu phiến đá vuông có thể đặt vào lò làm nóng trước, sau đó chuyển bánh lên những tấm đá này để nướng. Ngoài baking stone, bạn cũng có thể dùng khay nướng Pizza, khuôn nướng Baguette hay tận dụng ngay các khay nướng sậm màu đi kèm với lò. Vì màu sậm nên nhiệt truyền vào các khay này thường cao hơn, sẽ giúp vỏ bánh giòn hơn. Nếu dùng khay, để chống dính bạn nên lót giấy nến hoặc dùng bột ngô dạng thô (cornmeal). Không nên lót bằng các tấm nướng silicon vì sẽ làm cho phần đế bánh kém giòn và có thể bị đọng nước.

• **Trong lò có nhiều hơi nước:**
Tuy nhiệt độ cao là yếu tố cần thiết để vỏ giòn, nhưng nếu chỉ có nhiệt độ cao thì vỏ bánh có thể sẽ cứng và khô rất nhanh, trong khi ruột bánh chưa kịp nở hết. Vì vậy nên cùng với yếu tố nhiệt cao, **trong lò và bên ngoài vỏ bánh cần có độ ẩm lớn**. Độ ẩm này cần được duy trì trong khoảng ít nhất nửa thời gian nướng đầu tiên của bánh để giúp cho vỏ bánh không bị khô cứng nhanh và cũng không chuyển vàng hay cháy nhanh. Việc này cũng giúp tạo ra đủ thời gian để đợi bánh nở hết và phần ruột bánh đủ khô trước khi vỏ ngoài cứng lại (nếu vỏ bánh cứng lại mà ruột chưa nở hết, vẫn còn nhiều hơi ẩm thì bánh sau khi lấy ra khỏi lò sẽ dễ bị bết đặc ruột và còn mùi men, hơi rượu).
Tạo ra độ ẩm này bằng cách nào? Một số lò có chức năng phun sương hay xịt nước

trong khi nướng thì rất tiện. Nhưng đa phần các lò nướng gia đình, nhất là lò nhỏ thường khó có chức năng này. Nên chúng ta cần tự tạo độ ẩm bằng cách tạo ra thật nhiều hơi nước trong lò. Có nhiều cách khác nhau nhưng cách mà tôi thấy hiệu quả nhất là đặt một chiếc khay rộng dưới sàn lò, sau đó đổ nước sôi vào khay rồi đóng cửa lò. Nước sôi trong khay đặt trên sàn lò nóng sẽ tiếp tục sôi và bốc hơi, tạo ra một nguồn hơi nước cực kỳ dồi dào trong lò. Một vài hướng dẫn dùng đá viên thay cho nước sôi nhưng sau khi thử thì tôi thấy nước sôi hiệu quả hơn trong việc tạo ra nguồn hơi nước tức thì bên trong lò nướng.
Song song với việc đặt khay nước, khi cho bánh vào lò, bạn nên xịt nước ướt mặt bánh và xịt nhiều nước vào phần không gian phía trên cửa lò để giúp tăng cường độ ẩm cho phần không gian này (do hơi nước chủ yếu bốc từ dưới lên).
Áp dụng hai yếu tố trên (nhiệt cao và nhiều hơi nước) trong khi nướng, tôi chưa bao giờ thất bại với việc làm cho vỏ bánh giòn. Dù ruột bánh có thể nào (xốp vừa, rất xốp hay rất đặc) thì vỏ lúc nào cũng giòn và mỏng. Có một lưu ý nhỏ khi áp dụng các cách trên là hơi nước trong lò rất nóng, có thể gây bỏng những phần nhạy cảm như mắt. Vì vậy nên khi mở cửa lò luôn phải cẩn thận, luôn đeo găng tay và đứng sang một bên lò, không mở cửa lò khi mặt đang ở chính diện phía trước lò. Nếu trong nhà có trẻ nhỏ thì nên giữ

cho các bé cách xa lò khi nướng nhé.

2. Làm thế nào để ruột bánh xốp và thơm ngon?

Để làm ra bánh mì ruột xốp có nhiều cách. Phương pháp truyền thống nhất là kết hợp giữa một tỉ lệ nước cao và sử dụng bột chua (theo phương pháp ủ chậm hay lên men trước). Cách làm này đảm bảo cho bánh ngon và ruột không chỉ xốp mà còn ẩm và đậm đà, nhưng khá mất thời gian và đòi hỏi người làm phải có tương đối kinh nghiệm. Một cách khác có thể rút ngắn thời gian là thay vì đợi bột lên men chua thì thêm vào phần bột bánh một lượng acid và enzym để thúc đẩy quá trình nở xốp trong ruột bánh. Cụ thể hơn là thêm vào công thức một lượng nhỏ vitamin C, cream of tartar, chanh hoặc dấm.

Tôi có làm thử bánh sử dụng vitamin C, cream of tartar, và dấm. Quá trình đúng là rất nhanh gọn và đơn giản nhưng có một vài vấn đề khiến tôi cảm thấy không thật sự yên tâm với cách làm này. Đầu tiên là bột không được để quá lâu vì ủ lâu bánh sẽ rất chua. Việc này ảnh hưởng khá lớn tới mùi vị của bánh vì ngoài việc có vị hơi chua của dấm hay vitamin C, bánh còn thiếu đi vị ngọt và hương vị đậm đà tự nhiên – thường chỉ có được khi được ủ hay lên men chậm (như đã giải thích ở bước "lên men chậm" trong phần đầu chương). Một nhược điểm khác là các chất acid kể trên dường như có tác dụng

giúp giữ nước trong ruột bánh lâu hơn, làm cho bột ướt hơn bình thường. Nhồi bột đã khó mà sau này khi rạch bánh cũng khó do trong ruột ướt nên khó tạo ra vết cắt dứt khoát, đôi khi có thể bị rúm.

Vì những điểm "chưa được vừa ý lắm" này mà tôi không sử dụng bất kỳ loại "phụ gia" nào mà quay về với cách làm bánh mì truyền thống. Trước hết, tôi dùng phương pháp ủ chậm với sponge starter, là kỹ thuật lên men trước một phần nguyên liệu (pre-fermented), để giúp tăng thêm hương vị cho bánh. Sponge starter có lẽ là kỹ thuật đơn giản nhất trong các cách lên men chậm, lại không yêu cầu thời gian đợi quá lâu nên rút ngắn được khá nhiều thời gian làm bánh mà sản phẩm vẫn có mùi vị thơm ngon. Bên cạnh việc lên men chậm, tôi cũng tăng thêm một lần ủ cho công thức bánh mì vỏ giòn ruột xốp. Thay vì ủ hai lần như thông thường thì tôi ủ ba lần và mỗi lần đều không ủ bánh nở đến gấp đôi mà chỉ đến gấp rưỡi. Lý do là trong mỗi lần ủ đều có rất nhiều hơi khí được sinh ra. Kể cả khi bạn dấm xẹp bột sau khi ủ thì một phần các bọt khí này vẫn được giữ lại (cho nên sau mỗi lần ủ, bạn sẽ thấy khối bột lớn hơn một chút). Những phần khí này sẽ giúp cho phần ruột bánh xốp với nhiều lỗ khí hơn.

- BÁNH MÌ VỎ GIÒN RUỘT XỐP -

- BÁNH MÌ VỎ GIÒN RUỘT XỐP -

Đúng như tên gọi, bên trong lớp vỏ bánh vàng thơm, giòn rụm là phần ruột trắng xốp, mỏng dai và rất nhẹ. Không có quá nhiều ruột nên bánh rất hợp để kẹp với nhiều loại nhân khác nhau: bơ béo ngậy thêm chút muối hoặc đường, pa tê bùi thơm, mấy miếng thịt mỡ trong mỏng tang diểm đỏ, xúc xích, vài miếng chả lụa, một quả trứng còn lòng đào với ít dưa ghém...

MỨC ĐỘ: *Khó*

THỜI GIAN CHUẨN BỊ: *4 - 4.5 giờ*

THỜI GIAN NƯỚNG: *14 - 17 phút*

DỤNG CỤ: *Khay nướng sẫm màu (hoặc tấm đá nướng bánh hay khay nướng Pizza)*
Giấy nến hoặc bột ngô dạng thô (cornmeal) để chống dính cho khay
Bình xịt và dao sắc để rạch bánh

- NGUYÊN LIỆU -

A. PHẦN SPONGE:

. *150 g bột làm bánh mì*

  (bột mì dai)

. *180 g nước lạnh*

. *15 g mật ong*

. *2 g men instant*

B. PHẦN BỘT:

. *150 g bột làm bánh mì*

  (bột mì dai)

. *3 g men instant*

C. PHẦN "GIA VỊ":

. *5 g muối*

. *10 g đường (nếu không dùng*

  mật ong)

1. Cho các nguyên liệu trong phần (A) vào âu, trộn đều. Ta sẽ có một hỗn hợp tương đối lỏng (hình 1 - 2).

2. Trộn bột và men trong phần (B). Rắc hoặc rây phần bột này phủ đều lên trên mặt của hỗn hợp vừa có ở bước (1) (hình 3). Dùng ni lông hoặc khăn phủ kín mặt âu. Để hỗn hợp nghỉ ở nhiệt độ phòng trong khoảng 1 đến 1.5 giờ rồi dùng. Nếu sau 1 giờ chưa thể tiếp tục làm ngay thì có thể bảo quản hỗn hợp trong ngăn mát tủ lạnh và dùng trong khoảng 20 giờ tiếp theo.

3. Sau khi hỗn hợp đã nghỉ khoảng 1.5 giờ, dùng thìa gỗ trộn đều đến khi các nguyên liệu quyện thành một khối thì dừng lại (hình 4). Đậy kín âu. Để bột nghỉ thêm 20 phút.

4. Rắc muối (ở phần C) lên đều khắp miếng bột (nếu dùng đường thay mật ong thì trộn đường với muối và rắc lên bột ở bước này). Nhồi đến khi bột chuyển thành một khối mịn, trắng, dẻo và đàn hồi (hình 5). Nếu bột quá dính, có thể dùng thêm chút bột áo. Nếu bột quá khô (bột cứng, khó nhồi) thì dùng bình xịt, xịt một chút nước vào khối bột rồi tiếp tục nhồi. Bột nhồi đạt sẽ mịn và có độ đàn hồi tốt. Khi ấn thử tay vào khối bột, vết lõm sẽ

phồng trở lại. Khi chạm ngón tay vào bề mặt bột có cảm giác hơi dính nhưng bột không dính theo tay khi nhấc ngón tay lên.

5. Quét một lớp dầu ăn mỏng quanh thành âu dùng để ủ bột. Đặt khối bột vào âu. Đậy kín âu bằng ni lông hoặc khăn ấm. Ủ bột ở nơi có nhiệt độ 25 - 32°C đến khi bột nở khoảng gấp rưỡi.

6. Lấy bột ra, nhồi lại nhẹ nhàng trong khoảng 1 phút, cố gắng làm nhẹ tay để các bọt khí không bị xẹp quá nhiều. Đặt bột vào âu, đậy kín, ủ lần thứ hai ở cùng nhiệt độ như lần thứ nhất đến khi bột nở khoảng gấp rưỡi.

7. Sau lần ủ thứ hai, dùng mu bàn tay ấn nhẹ cho bột xẹp, hơi khí thoát ra ngoài. Nhồi bột lại nhẹ nhàng. Cân cả khối bột rồi chia thành các phần bằng nhau, tùy mục đích sử dụng. Tôi chia thành các phần nặng khoảng 45 - 50 gram để tạo hình kiểu Torpedo (dạng ổ như bánh mì Việt Nam). Vê tròn các phần bột rồi đậy kín (để bột không bị khô), để bột nghỉ 5 phút.

8. Chuẩn bị khay hoặc dụng cụ nướng – loại có thể truyền nhiệt nhanh và cao như baking stone, pizza stone, hoặc khay đen đi kèm với lò. Nếu dùng khay thì lót giấy nến chống dính.

9. Cán các phần bột thành hình chữ nhật hoặc hình bầu dục. Bột có thể sẽ rất đàn hồi và co lại nhiều, nên chỉ cần cán thành một miếng bột có độ dài khoảng 8 cm là được.

Cán một lượt hết các phần bột rồi quay lại phần đầu tiên. Như vậy, bột sẽ có một khoảng thời gian nghỉ, các thớ bột (sợi gluten) sẽ được "thư giãn" và bớt co hơn.

10. Tạo hình ổ kiểu Torpedo như sau: - Tiếp tục cán mỏng bột thành hình chữ nhật hoặc hình bầu dục dài khoảng 12 cm (hình 6).

- Gấp hai mép trên của bột lại để tạo thành một "chỏm" bột như trong hình 7. Gấp chỏm bột này xuống. Tiếp tục cuộn bột lại. Dính chặt mép bột (hình 8 - 9).

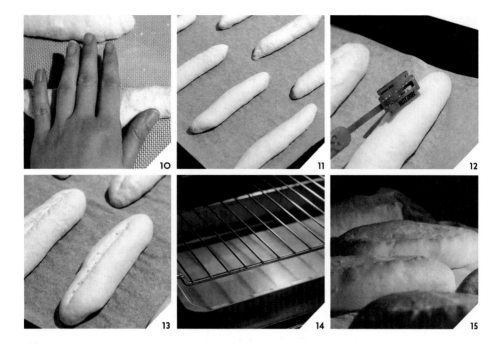

- Làm lần lượt hết tất cả các phần bột rồi quay về với phần thứ nhất. Dùng lòng bàn tay (của cả hai tay) vê cho từng cuộn bột dài và thuôn hơn (hình 10). Dùng nhiều lực hơn ở hai đầu cuộn bột để bột thuôn ở hai đầu và hơi phình ở giữa. Tuy nhiên, không nên để bột phình ở giữa quá nhiều vì khi nướng bột sẽ nở bè to về chiều ngang khiến bánh không đẹp.

11. Đặt bột lên khuôn hoặc khay nướng (hình 11). Nếu dùng khay, nên chừa khoảng cách rộng để khi nở bánh không bị dính vào nhau.

12. Ủ bột ở nơi có nhiệt độ ấm áp và độ ẩm cao (xem thêm về cách ủ bột trong phần về "các bước làm bánh mì" ở đầu chương).

13. Khi bánh nở khoảng 75% thì làm nóng lò ở 240 - 250°C (chế độ hai lửa). Thời gian để lò làm nóng có thể khá lâu, mất khoảng 20 đến 30 phút tùy loại lò. Do đó cần theo dõi để khi lò đủ nóng thì bánh cũng nở gần gấp đôi. Tránh để bánh nở quá đà, khi rạch bánh sẽ dễ bị xẹp.
Trong khi đợi lò làm nóng, đun một ấm nước sôi để có nước tạo hơi khi nướng bánh. Đổ nước sạch vào bình xịt.

14. Khi lò đã đủ nóng và bánh nở được gần gấp đôi thì rạch bánh để nướng. Dùng dao sắc rạch một đường dài dọc theo thân bánh (hình 12 - 13). Có thể dùng một ít bơ mềm cho vào túi bắt kem phun một đường bơ nằm dọc bên trong vết cắt. Khi nướng, bơ chảy ra sẽ giúp "cắt đứt" các sợi gluten, giúp cho vết rạch sâu hơn, đường gờ rạch nâu cứng cáp rõ ràng hơn.

15. Ngay sau khi rạch xong, xịt nước ướt đẫm mặt bánh, đặc biệt là các vết rạch. Khi xịt nên để bình xịt cách xa mặt bánh một chút, tránh để hơi nước phun quá mạnh cũng có thể làm xẹp bánh.

16. Đeo găng tay. Đặt một chiếc khay rộng lên sàn lò (hoặc lên thanh phía trên sàn lò) (hình 12). Cho bánh vào lò. Nhanh chóng đổ nước sôi vào khay. Tiếp theo xịt nước lên khắp thành lò phía trên khay bánh rồi nhanh chóng đóng cửa lò lại.

17. Nhiệt độ nướng và thời gian nướng sẽ thay đổi tùy theo từng lò, quá trình nướng bánh mì vỏ giòn của tôi thường như sau:
– Trong 5 đến 7 phút đầu tiên nướng ở 240 - 250°C: bánh nở nhanh và to (có thể nhanh tay mở cửa lò và xịt nước lên mặt bánh từ 1 đến 2 lần trong khoảng thời gian này).
– Khi bánh đã nở nhiều thì hạ xuống 220 - 230°C. Nướng thêm vài phút, khi mặt bánh bắt đầu hanh vàng thì mở lò, quay ngược khay bánh (vì nhiệt trong lò không đều nên quay khay sẽ giúp bánh vàng đều).
– Nướng thêm một vài phút nữa, khi mặt bánh đã tương đối vàng thì hạ nhiệt xuống khoảng 200°C. Có thể rút khay nước ra ngoài để vỏ bánh giòn hơn. Nếu mặt bánh quá vàng, có thể dùng giấy bạc che mặt bánh để giúp mặt bánh không bị cháy.
– Với bánh làm từ 40 - 60 gram bột thì thường sau khoảng 14 đến 17 phút bánh sẽ chín. Bánh nhỏ hơn sẽ nướng trong thời gian ngắn hơn. Nếu bánh rất nhỏ (dưới 30 gram bột/bánh) thì có thể không cần đặt khay nước mà chỉ cần nhanh tay mở lò và xịt nước lên mặt bánh khoảng 2 đến 3 lần trong thời gian nướng đầu. Khi bánh chín, bạn có thể tắt lò, để bánh trong lò thêm khoảng 3 phút. Việc này sẽ giúp bánh giòn hơn. Nhưng không nên để quá lâu, vỏ bánh sẽ dễ bị dày và cứng.

18. Sau khi lấy bánh ra khỏi lò, để bánh nguội trong tối thiểu 15 đến 20 phút rồi mới dùng. Nếu cắt bánh quá sớm, hơi nước không kịp thoát ra ngoài sẽ làm phần ruột bánh bị bết và dính vào nhau.
Bánh thành phẩm đạt sẽ có lớp vỏ vàng, mỏng, giòn tan. Ruột xốp, nhiều lỗ khí to nhỏ khác nhau, thớ bánh mỏng và dai. Nên dùng bánh càng sớm càng tốt

- GHI CHÚ -

·BÁNH MÌ VỎ GIÒN·

ĐẶC RUỘT THƠM BƠ

Cũng có lớp vỏ giòn như bánh mì ruột xốp, nhưng bánh mì đặc ruột thơm bơ có phần ruột dày và đặc hơn một chút. Ngoài ra, bánh cũng có thêm chút vị thơm ngậy của bơ, nên dùng kèm với các loại mứt, các thứ đồ nguội như pho-mát, jăm bông, các loại xúp, các món hầm đều rất hợp.

MỨC ĐỘ: *Trung bình*
THỜI GIAN CHUẨN BỊ: *3.5 - 4 giờ*
THỜI GIAN NƯỚNG: *20 - 25 phút*
DỤNG CỤ: *Khay nướng sẫm màu*
Giấy nến hoặc bột ngô dạng thô (corn meal) để chống dính cho khay
Bình xịt và dao sắc để rạch bánh

-NGUYÊN LIỆU-

A. PHẦN SPONGE:

. *150 g bột làm bánh mì*

. *180 g nước lạnh*

. *15 g mật ong*

. *2 g men instant*

B. PHẦN BỘT:

. *150 g bột làm bánh mì*

. *3 g men instant*

C. PHẦN "GIA VỊ":

. *5 g muối*

. *10 g đường (nếu không dùng mật ong)*

. *30 g bơ – để mềm ở nhiệt độ phòng*

1. Cho các nguyên liệu trong phần (A) vào âu, trộn đều. Ta sẽ có một hỗn hợp tương đối lỏng (hình 1 - 2).

2. Trộn bột và men trong phần (B). Rắc hoặc rây phần bột này phủ đều lên trên mặt của hỗn hợp vừa có ở bước (1) (hình 3). Dùng ni lông hoặc khăn phủ kín mặt âu. Để hỗn hợp nghỉ ở nhiệt độ phòng trong khoảng 1 đến 1.5 giờ rồi dùng. Nếu sau 1 giờ chưa thể tiếp tục làm ngay thì có thể bảo quản hỗn hợp trong ngăn mát tủ lạnh và dùng trong khoảng 20 giờ tiếp theo.

3. Sau khi hỗn hợp đã nghỉ khoảng 1.5 giờ, dùng thìa gỗ trộn đều đến khi các nguyên liệu quyện thành một khối thì dừng lại (hình 4 - 5). Đậy kín âu. Để bột nghỉ thêm 20 phút.

4. Rắc muối (ở phần C) lên đều khắp miếng bột (nếu dùng đường thay mật ong thì trộn đường với muối và rắc lên bột ở bước này). Nhồi trong khoảng 5 phút (nếu dùng máy) hoặc 8 đến 10 phút (nếu nhồi tay), đến khi bột tương đối mịn thì dừng lại. Đậy kín bột, để nghỉ khoảng 5 phút.

5. Cho bơ vào nhồi cùng bột. Tiếp tục nhồi đến khi bột chuyển thành một khối mịn, trắng, dẻo và dàn hồi. Nếu bột quá dính, có thể dùng thêm chút bột áo. Nếu bột quá khô (bột cứng, khó nhồi) thì dùng bình xịt, xịt một chút nước vào khối bột rồi tiếp tục nhồi.

Bột nhồi đạt sẽ mịn và có độ đàn hồi tốt. Khi ấn thử tay vào khối bột, vết lõm sẽ phồng trở lại. Khi chạm ngón tay vào bề mặt bột có cảm giác hơi dính nhưng bột không dính theo tay khi nhấc ngón tay lên.

6. Quét một lớp dầu ăn mỏng quanh thành âu dùng để ủ bột. Đặt khối bột vào âu. Đậy kín âu bằng ni lông hoặc khăn ấm. Ủ bột ở nơi có nhiệt độ 25 - 32°C đến khi bột nở khoảng gấp đôi.

7. Dùng mu bàn tay ấn nhẹ cho bột xẹp, hơi khí thoát ra ngoài. Nhồi bột lại nhẹ nhàng. Cân cả khối bột rồi chia thành các phần bằng nhau, tùy mục đích sử dụng. Tôi chia thành các phần nặng khoảng 75 - 80 g để tạo hình kiểu Baguette. Vê tròn các phần bột rồi đậy kín (để bột không bị khô), để bột nghỉ 5 phút.

8. Chuẩn bị khay hoặc dụng cụ nướng – loại có thể truyền nhiệt nhanh và cao như baking stone, pizza stone, hoặc khay đen đi kèm với lò. Nếu dùng khay thì lót giấy nến

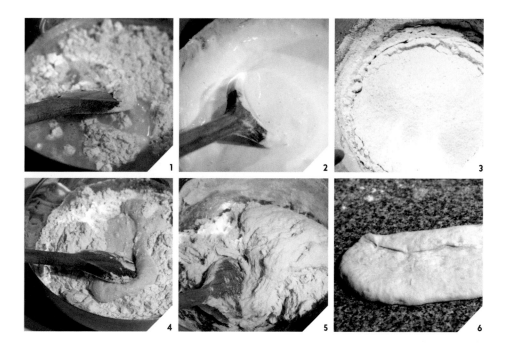

chống dính. Nếu có khuôn chuyên dụng nướng Baguette thì rất tốt vì khuôn có lỗ nên sẽ tạo điều kiện cho hơi nước từ dưới bốc lên, tác động lên vỏ bánh ở dưới đế, giúp bánh giòn đều hơn.

9. Dùng tay nhẹ nhàng dàn đều các phần bột thành hình chữ nhật hoặc hình bầu dục. Bột có thể sẽ rất đàn hồi và co lại nhiều nên chỉ cần dàn thành một miếng bột có độ rộng khoảng 8 - 10 cm là được.

Dàn một lượt hết tất cả các phần bột rồi quay lại phần đầu tiên. Như vậy, bột sẽ có một khoảng thời gian nghỉ, các thớ bột (sợi gluten) sẽ được "thư giãn" và bớt co hơn.

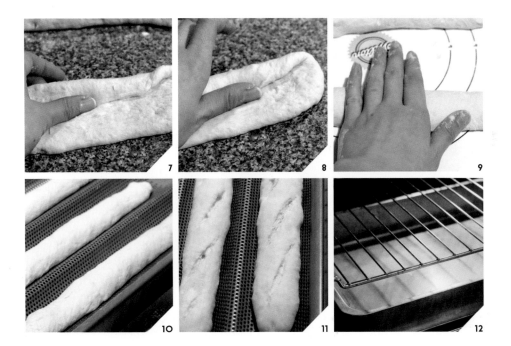

10. Tạo hình ổ kiểu Baguette như sau:

- Tiếp tục dàn hoặc cán mỏng bột thành hình chữ nhật dài khoảng 15 cm.

- Cuộn bột lại theo chiều ngang. Cố gắng cuộn chặt tay. Khi kết thúc, dính chặt mép bột (hình 6 - 7 - 8).

- Làm lần lượt hết tất cả các phần bột rồi quay về với phần thứ nhất. Dùng lòng bàn tay (cả hai tay) vê cho từng cuộn bột dài và thuôn hơn (hình 9). Bột sẽ nở gấp khoảng 3 lần khi nướng nên cuộn bột có dáng thuôn dài sẽ cho thành phẩm đẹp và đúng kiểu Baguette.

11. Đặt bột lên khuôn hoặc khay nướng (hình 10). Nếu dùng khay, nên chừa khoảng cách rộng để khi nở bánh không bị dính vào nhau.

12. Ủ bột ở nơi có nhiệt độ ấm áp và độ ẩm cao (xem thêm về cách ủ bột trong phần về "các bước làm bánh mì" ở đầu chương).

13. Khi bánh nở khoảng 75% thì làm nóng lò ở 240 - 250°C (chế độ hai lửa). Thời gian để lò làm nóng có thể khá lâu, mất khoảng 20 đến 30 phút tùy loại lò. Do đó cần theo dõi để khi lò đủ nóng thì bánh cũng nở gần gấp đôi. Tránh để bánh nở quá đà, khi rạch bánh sẽ dễ bị xẹp.

Trong khi đợi lò làm nóng, đun một ấm nước sôi để có nước tạo hơi khi nướng bánh. Đổ nước sạch vào bình xịt.

14. Khi lò đã đủ nóng và bánh nở được gần gấp đôi thì rạch bánh để nướng. Dùng dao sắc rạch các đường song song với nhau và hơi chéo như trong hình 11. Tốt nhất là chỉ rạch một lần. Nhưng nếu không quen, bạn có thể rạch nhẹ một lần để tạo vết nứt trên mặt bánh rồi lách dao vào rạch sâu hơn (độ sâu của vết rạch khoảng 5 - 7 mm). Nên cầm dao để sao cho lưỡi dao nghiêng và tạo ra vết cắt xiên vào trong vỏ bánh thay vì cầm dao thẳng đứng và tạo vết rạch thẳng từ trên xuống. Khi rạch, lưu ý không ấn xuống mà làm động tác giống như lướt dao trên bề mặt bánh mì, để lưỡi dao tự cắt mặt bánh. Việc ấn dao sẽ dễ làm bánh bị xẹp khi rạch.

Chỉ nên rạch bánh ngay trước khi nướng. Rạch bánh trước hoặc trong quá trình ủ sẽ làm cho đường rạch kém sắc nét, kém rõ ràng và không đẹp khi nướng.

Có thể dùng một ít bơ mềm cho vào túi bắt kem rồi phun một đường bơ nằm dọc bên trong vết cắt. Khi nướng, bơ chảy ra sẽ giúp "cắt đứt" các sợi gluten (thớ bánh), giúp cho vết rạch sâu hơn, đường gờ rạch nâu cứng cáp rõ ràng hơn.

15. Ngay sau khi rạch xong, xịt nước ướt đẫm mặt bánh, đặc biệt là các vết rạch. Khi xịt nên để bình xịt cách xa mặt bánh một chút, tránh để hơi nước phun quá mạnh cũng có thể làm xẹp bánh.

16. Đeo găng tay. Đặt một chiếc khay rộng lên sàn lò (hoặc lên thanh phía trên sàn lò) (hình 12). Cho bánh vào lò. Nhanh chóng đổ nước sôi vào khay. Tiếp theo xịt nước lên khắp thành lò phía trên khay bánh rồi nhanh chóng đóng cửa lò lại.

17. Nướng bánh ở nhiệt độ 230°C đến khi mặt bánh hơi hanh vàng thì nhanh tay mở cửa lò, quay ngược khay bánh và rút khay nước ra ngoài. Tiếp tục nướng bánh ở nhiệt độ 200 - 210°C đến khi vỏ bánh vàng giòn.

Thông thường, với bánh làm từ 70 đến 80 gram bột thì sau khoảng 20 đến 25 phút bánh sẽ chín. Nếu bánh vàng mặt quá nhanh, có thể dùng giấy bạc che mặt bánh để mặt bánh không bị cháy.

18. Sau khi lấy bánh ra khỏi lò, để bánh nguội trong tối thiểu 15 phút rồi mới dùng. Nếu cắt bánh quá sớm, hơi nước không kịp thoát ra ngoài sẽ làm phần ruột bánh bị bết và dính vào nhau. Nên dùng bánh càng sớm càng tốt.

- G H I   C H Ú -

....

....

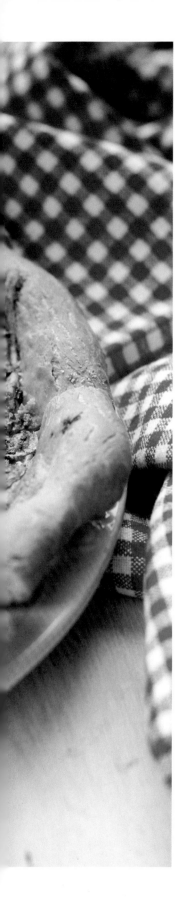

· PIZZA ·

- PIZZA -

Với tôi Pizza là món ăn theo kiểu "quanh năm", tức là bất kể vào mùa nào, thời tiết nào ăn cũng được. Không chỉ vào những ngày đông lạnh mà cả những ngày mùa hạ, sau một cơn mưa rào, cả nhà quây quần quanh một "mâm" Pizza được phủ pho-mát vàng ươm, dẻo kẹo, vẫn còn hơi sôi lăn tăn vì mới lấy ra từ lò nướng cũng rất tuyệt.

MỨC ĐỘ: *Trung bình*

THỜI GIAN CHUẨN BỊ: *3 giờ*

THỜI GIAN NƯỚNG: *15 - 20 phút*

DỤNG CỤ: *Khay nướng hoặc khuôn nướng Pizza chuyên dụng*
Bình xịt và cây cán bột
Giấy nến hoặc bột ngô dạng thô (corn meal) để chống dính cho khay

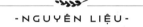

-NGUYÊN LIỆU-

A. PHẦN SPONGE:

. *80 g bột làm bánh mì*

. *120 g nước*

. *1 g men instant*

. *10 g mật ong*

B. PHẦN BỘT:

. *120 g bột làm bánh mì*

. *2 g men instant*

C. PHẦN "GIA VỊ":

. *30 g dầu ô liu*

. *3 g muối*

1. Cho các nguyên liệu trong phần (A) vào âu, trộn đều. Ta sẽ có một hỗn hợp tương đối lỏng (hình 1 - 2).

2. Trộn bột và men trong phần (B). Rắc hoặc rây phần bột này phủ đều lên trên mặt của hỗn hợp vừa có ở bước (1) (hình 3). Dùng ni lông hoặc khăn phủ kín mặt âu. Để hỗn hợp nghỉ ở nhiệt độ phòng trong khoảng 1 đến 1.5 giờ rồi dùng. Nếu sau 1 giờ chưa thể tiếp tục làm ngay thì có thể bảo quản hỗn hợp trong ngăn mát tủ lạnh và dùng trong khoảng 20 giờ tiếp theo.

3. Sau khi hỗn hợp đã nghỉ từ 1 - 1.5 giờ, cho dầu ô liu vào âu. Trộn đều đến khi hỗn hợp quyện thành một khối thì dừng lại (hình 4 - 5). Đậy kín âu. Để bột nghỉ thêm 20 phút.

4. Rắc muối lên đều khắp miếng bột. Nhồi đến khi bột chuyển thành một khối mịn, trắng, dẻo và đàn hồi (hình 6). Nếu bột quá dính, có thể dùng thêm chút bột áo. Nếu bột quá khô (bột cứng, khó nhồi) thì dùng bình xịt, xịt một chút nước vào khối bột rồi tiếp tục nhồi. Xem thêm cách nhồi bột ở đầu chương.

Bột nhồi đạt sẽ mịn và có độ đàn hồi tốt. Khi ấn thử tay vào khối bột thấy vết lõm phồng trở lại. Khi chạm ngón tay vào bề mặt

bột có cảm giác hơi dính nhưng bột không dính theo tay khi nhắc ngón tay lên.

5. Quét một lớp dầu ăn mỏng quanh thành âu dùng để ủ bột. Đặt khối bột vào âu. Đậy kín âu bằng ni lông hoặc khăn ẩm. Ủ bột ở nơi có nhiệt độ 25 - 32°C đến khi bột nở khoảng gấp 2 đến 2.5 lần (hình 7).

6. Dùng mu bàn tay ấn nhẹ cho bột xẹp, hơi khí thoát ra ngoài. Nhồi bột lại nhẹ nhàng rồi cân và chia thành hai phần. Mỗi phần bột sẽ làm được một bánh Pizza đế mỏng giòn đường kính khoảng 23 - 25 cm hoặc một bánh Pizza đế dày đường kính khoảng 20 cm (đủ cho hai người ăn). Vê tròn mỗi phần bột rồi đậy kín (để bột không bị khô), để bột nghỉ 5 phút.

Nếu chỉ dùng một phần bột, có thể để phần còn lại vào ngăn mát tủ lạnh (nếu tạo hình và nướng ngay trong ngày) hoặc bọc kín để đông lạnh trong 1 đến 2 tháng.

7. Chuẩn bị khay nướng Pizza chuyên dụng. Nếu dùng khay nướng thông thường thì nên dùng khay sậm màu và đi kèm lò, lót giấy nến để chống dính khay.

8. Dàn bột thành hình tròn (hình 8). Dùng tay dàn bột sẽ tốt hơn là cán bột (tuy nhiên, nếu cảm thấy quá khó khăn, có thể cán).

Nếu bột co lại trong quá trình tạo hình thì cố gắng dàn bột rộng đến hết mức có thể rồi để bột nghỉ khoảng 5 phút. Sau đó tiếp tục tạo hình.

Nếu làm Pizza đế mỏng thì dàn bột dày khoảng 3 mm. Nếu làm Pizza đế dày, dàn bột khoảng 5 - 6 mm. Chuyển bột lên khay nướng. Đậy kín, để bột nghỉ trong khoảng 20 phút.

9. Làm nóng lò trước khi nướng khoảng 20 đến 25 phút:

- Nếu làm Pizza đế giòn: làm nóng lò ở 250°C (hai lửa).
- Nếu làm Pizza đế mềm: làm nóng lò ở 210°C (hai lửa).

10. Xếp nhân lên trên đế bánh ngay trước khi nướng (hình 9 - 10). Bạn có thể lựa chọn loại nhân tùy thích, nhưng nên chú ý một vài điểm sau:

- Không nên xếp quá nhiều nhân, lớp nhân mỏng sẽ cho bánh ngon hơn.

- Thông thường, thứ tự các lớp nhân sẽ là:

• 1 lớp dầu ô liu mỏng (để tránh nước thấm vào đế bánh, sẽ làm đế bánh bị ướt và ỉu).

• 1 lớp xốt cà chua Pizza mỏng (công thức ở phần kế tiếp).

• Các loại nhân tùy chọn: thịt bò, thịt gà, hải sản, rau củ thái nhỏ...

• Pho-mát bào vụn hoặc sợi, phủ kín trên mặt bánh, vừa giúp bánh có mùi vị thơm ngon, vừa tránh cho phần nhân ở dưới bị cháy.

- Nên làm chín các phần nhân trước vì thời gian nướng Pizza khá ngắn, sẽ không đủ để làm chín thịt tươi.

11. Đưa bánh vào lò nướng. Xịt nước lên thành lò và khoảng không phía trên bánh.

- Nếu là Pizza đế giòn: nướng ở nhiệt độ 240 - 250°C trong khoảng 12 đến 15 phút.

- Nếu là Pizza đế mềm: nướng ở nhiệt độ 200 - 210°C trong khoảng 10 đến 12 phút rồi hạ nhiệt độ xuống 190°C, nướng đến khi bánh chín.

Bánh chín là khi đế bánh có màu vàng nâu và hơi có một vài vết cháy sém (nếu dùng pho-mát thì pho-mát sẽ hơi "sôi" lăn tăn) (hình 11 - 12). Không nên nướng Pizza quá lâu vì sẽ làm đế bánh bị khô và cứng. Nên dùng ngay trong ngày.

Có thể làm nhiều bột rồi chia thành các phần nhỏ sau khi ủ lần thứ nhất, bọc kín bằng ni lông bọc thực phẩm rồi để đông lạnh. Trước khi dùng để bột trong ngăn mát tủ lạnh để rã đông. Hoặc có thể chỉ nướng riêng phần đế bánh đến khi đế bánh nở phồng và chuyển màu hơi hanh vàng thì lấy ra để nguội, bọc kín bằng ni lông bọc thực phẩm rồi để đông lạnh. Khi dùng để bánh xuống ngăn mát cho tan hết đá, xếp nhân lên mặt bánh rồi nướng lại ở nhiệt độ 210 - 220°C trong khoảng 5 đến 7 phút. Với cách làm này, trước khi nướng nên dùng nĩa (dĩa) chấm nhiều lỗ trên mặt bột để phần đế bánh không nở quá nhiều.

XỐT CÀ CHUA CHO PIZZA

- HOMEMADE PIZZA SAUCE -

MỨC ĐỘ: *Dễ*

Xốt cà chua không quá khó và mất thời gian để chuẩn bị, nhưng sẽ giúp mang lại cho Pizza hương vị thơm ngon hơn rất nhiều và đặc trưng đúng kiểu Ý. Một công thức cho khoảng gần 500 ml xốt, có thể chia nhỏ và trữ đông để dùng dần vì phần xốt này ngoài Pizza còn có thể dùng cho các loại mì Ý hoặc làm xốt cà chua cho món thịt viên chiên (meatball) đều rất ngon.

NGUYÊN LIỆU:

. *400 g cà chua chín*

. *4 thìa canh (khoảng 60 ml) tương cà ketchup*

. *1 củ hành tây (khoảng 50 g)*

. *1 nhánh cần tây (không bắt buộc)*

. *4–5 tép tỏi (khoảng 5–7 g)*

. *2 thìa café oregano khô*

. *2 thìa café basil khô*

. *10 g đường*

. *1 thìa café muối*

. *1 nhúm nhỏ tiêu xay*

. *30 g bơ*

CÁCH LÀM:

1. Chuẩn bị nguyên liệu:

- Dùng dao nhọn khía vài đường trên vỏ cà chua. Nhúng vào nước sôi khoảng một phút, lớp vỏ cà chua sẽ bong ra, có thể bóc dễ dàng.
- Sau khi bóc sạch vỏ thì bổ cà chua làm đôi hoặc bốn phần, bỏ ruột, thái hạt lựu phần thịt cà chua.
- Hành tây bóc vỏ, băm nhỏ. Tỏi bóc vỏ, băm nhỏ. Cần tây băm hoặc thái nhỏ.

2. Bắc chảo lên bếp, để lửa gần to nhất. Cho bơ vào chảo. Khi bơ vừa chảy hết thì cho hành tây và cần tây vào, hạ lửa vừa. Xào hành tây trong khoảng 3 phút, đến khi dậy mùi thơm và hành mềm. Cho cà chua, ketchup và tỏi vào, chuyển lửa to, đảo đều đến khi cà chua nhuyễn (có thể sẽ cần cho thêm ít nước nếu hỗn hợp trong chảo quá khô).

3. Nêm muối, đường cho vừa ăn. Xốt sẽ có vị chua nhẹ, mặn vừa và hơi có một chút xíu ngọt. Cho oregano và basil. Khuấy đều rồi hạ lửa nhỏ, để hé vung, đun liu riu, thi thoảng quấy đều. Đun khoảng 20 phút, đến khi hỗn hợp mềm nhuyễn và hơi sệt là được. Bạn có thể xay nếu muốn xốt mịn hẳn.

Một công thức này làm được khoảng 450–480 ml xốt. Sau khi xốt nguội, đựng xốt trong lọ sạch, đậy kín. Để ngăn mát tủ lạnh dùng trong khoảng 4 ngày. Hoặc có thể chia nhỏ và để đông lạnh trong khoảng 2 tháng.

GRISSINI

- GRISSINI -

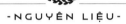

Grissini – hay bánh mì que giòn – có nguồn gốc từ nước Ý nhưng đến giờ đã trở thành một trong những món khai vị hay món ăn chơi (kiểu snack) rất được ưa chuộng ở nhiều nước phương Tây. Bánh giòn rụm, lại có thể biến tấu với nhiều mùi vị khác nhau hay dùng với các loại dipping sauce khác nhau nên thực sự là món nhắm nháp hay mồi nhậu tuyệt vời với bia hoặc sâm panh trước khi bắt đầu một bữa ăn hay buổi tiệc.

MỨC ĐỘ: *Trung bình*
THỜI GIAN CHUẨN BỊ: *3 giờ*
THỜI GIAN NƯỚNG: *10 - 12 phút*

- NGUYÊN LIỆU -

A. PHẦN BỘT:

. *½ công thức Pizza (khoảng 170–180 gr bột)*

B. PHẦN GIA VỊ:

. *25 g pho-mát Parmesan – bào*

. *¼ thìa café bột hành*

. *¼ thìa café bột tỏi*

. *½ thìa café oregano khô*

. *½ thìa café bột ớt Paprika*

. *¼ thìa café tiêu xay*

GRISSINI

- CÁCH LÀM -

1. Chuẩn bị bột theo cách làm Pizza. Sau khi ủ bột lần thứ nhất xong, ép nhẹ cho bột xẹp rồi nhồi lại nhẹ nhàng. Đậy kín bột, để bột nghỉ khoảng 5 phút.

2. Trộn đều các gia vị trong phần (B) (hình 1). Cho bột vào âu, nhồi bột cùng các loại gia vị đến khi bột mịn, các gia vị hòa quyện trong bột (hình 2).
* Bạn có thể thay đổi các loại gia vị tùy theo ý thích hoặc bỏ qua.

3. Chuẩn bị khay nướng có lót tấm nướng bánh silicon hoặc giấy nướng. Lưu ý không nên dùng khay đen kèm lò vì sẽ tăng khả năng mặt dưới que bánh bị cháy.

4. Chia bột thành các phần nặng khoảng 10 gram (hình 3). Vê mỗi phần thành que dài khoảng 25 - 30 cm (hình 4). Bánh sẽ nở gấp 2.5 đến 3 lần so với phần bột ban đầu, nếu muốn que to hay nhỏ hơn, bạn có thể điều chỉnh tùy thích.
Mặc dù bánh mì que không kén về phần tạo hình, bánh không hoàn hảo, tròn trịa thẳng thớm có khi lại càng đẹp và hấp dẫn, nhưng bạn nên vê để làm sao cho các que đều nhau, không có phần quá to hay quá bé

vì khi nướng, những phần quá bé sẽ dễ cháy nhanh hơn.
Đặt các que bánh mì lên khay có lót tấm nướng hoặc giấy nướng, chừa khoảng cách khoảng 1 - 1.5 cm giữa các que (hình 5).

5. Sau khi đã tạo hình, đậy kín bột, để bột nghỉ thêm 20 đến 25 phút.

6. Làm nóng lò ở nhiệt độ 230°C (hai lửa). Chuẩn bị bình xịt nước.

7. Đưa khay bánh vào lò (nên đặt khay thấp một chút, tránh để bánh bị cháy nhanh). Xịt nhiều nước lên thành lò. Đóng cửa lò. Hạ nhiệt độ xuống 220°C. Nướng trong khoảng 5 phút, khi bánh hơi chuyển vàng thì mở cửa lò, quay ngược khay nướng (để giúp bánh vàng đều hơn). Hạ nhiệt xuống 220 - 210°C, nướng thêm 5 đến 7 phút đến khi bánh chín vàng (hình 6).
Bánh sẽ rất giòn trong khoảng 1 ngày đầu sau khi nướng. Nếu muốn bảo quản để dùng trong ngày thứ 2 - 3 thì cần bọc trong túi kín, tốt nhất là có hút chân không. Hoặc có thể nướng bánh hơi non một chút. Khi dùng thì nướng lại ở khoảng 150–160°C trong 2 đến 3 phút, bánh sẽ giòn trở lại.

- GHI CHÚ -

....

....

....

....

-CHƯƠNG 2-

-PASTRY-

-PASTRY-

1683

SỪNG - BƠ -

- APPLE TURNOVER -

- 1785 -

BÁNH TÁO NGHÌN LỚP

- Craquelin -

1967

BÁNH CUỘN
chocolate

PÂTÉ CHAUD

1000 LỚP

- BACON STRAW -

1935

Rolling pin

- ÉCLAIR -

P astry (bắt nguồn từ "Paste") là tên gọi chung của các loại hỗn hợp bột bánh gồm bột mì, chất lỏng và chất béo. Có rất nhiều loại Pastry khác nhau như bột làm bánh Pie, bột làm đế bánh Tart (Pâte brisée, Pâte sucrée và Pâte sablée), bột ngàn lớp (laminated dough) loại dùng và không dùng men, bột làm bánh su (Choux pastry hay Pâte à Choux). Trong chương này, tôi muốn giới thiệu cùng bạn hai loại bột có ứng dụng rất rộng rãi trong bếp gia đình là bột ngàn lớp và bột làm bánh su.

- BỘT NGÀN LỚP -
Laminated Dough

"Thiên thần" và đồng thời cũng là "hung thần" của rất nhiều đầu bếp gia đình là bột ngàn lớp (laminated dough). Hầu hết các tài liệu dạy làm bánh mà tôi đã đọc qua đều đề cập đến bột ngàn lớp như là một trong những sản phẩm pastry tuyệt vời nhất, có thể dùng để làm ra rất nhiều loại bánh và đồ ăn hảo hạng. Đúng như tên gọi, kết cấu của bột ngàn lớp gồm rất nhiều lớp bột mỏng xen kẽ với các lớp bơ mỏng. Số lượng của những lớp bột-bơ này dao động trong khoảng

từ xấp xỉ một trăm đến vài ngàn. Khi nướng, nhiệt độ cao làm nước trong bơ sôi, tạo ra luồng hơi khí giúp đẩy những lớp bột này phồng lên và tách các lớp bột ra. Sản phẩm sau khi ra lò là những chiếc bánh với vỏ vô số lớp bột mỏng tang, giòn rụm hay mềm dai tùy theo loại bột nhưng luôn rất nhẹ, đặc biệt thơm ngậy và tan ngay khi vừa chạm lên đầu lưỡi. Bột ngàn lớp cũng là một sản phẩm rất tiện dụng. Trong một lần chuẩn bị bạn có thể cán nhiều (một vài cân bột) sau đó để bột đông lạnh, khi dùng chỉ cần rã đông rồi nướng. Còn các sản phẩm có thể làm ra từ bột ngàn lớp thì phong phú tới mức khó lòng liệt kê đầy đủ. Không chỉ các loại bánh ngọt mà còn rất nhiều món mặn từ khai vị cho đến món chính, đều có thể sử dụng bột ngàn lớp.

Tuy nhiên, việc cán bột ngàn lớp lại là một thử thách chông gai với những người làm bánh. Để có nhiều lớp bơ xen kẽ bột như vậy, cách làm chung của bột ngàn lớp là đầu tiên bọc kín bơ trong bột để có một khối gồm một lớp bơ nằm giữa hai lớp bột. Tiếp theo cán mỏng khối bột này rồi gấp lại để tăng số lớp bơ-bột chồng lên nhau. Tiếp tục cán mỏng và gấp thêm nhiều lần nữa. Tùy loại bột mà số lần cán-gấp này dao động trong khoảng từ 3 đến 6 lần. Vì sau mỗi lần cán và gấp, số lớp bơ-bột được tăng lên từ 3 đến 4 lần nên sau rất nhiều lần cán-gấp như vậy, chúng ta sẽ có một khối bột với hàng trăm lớp bơ-bột mỏng xen kẽ nhau.

Mặc dù nói là chỉ có hai thao tác chính là cán bột rồi gấp lại, nhưng để làm bột ngàn lớp thành công không phải là việc đơn giản. Để cán được dễ dàng thì bột và đặc biệt là bơ cần phải lạnh ở một mức nhất định, sao cho bơ vừa đủ dẻo để cán được, không quá cứng và không quá mềm. Bơ quá cứng sẽ có thể làm rách bột hoặc bơ bị "đứt, gãy" thành nhiều mảng khi cán. Bơ chưa đủ lạnh sẽ dễ mềm nhão nhanh trong khi cán, đặc biệt có thể chảy và thấm vào bột. Kết quả là khi nướng sẽ không có đủ hơi nước từ bơ để làm cho bột tách lớp và nở. Vì lý do này mà việc cán bột ngàn lớp đòi hỏi người làm bánh không chỉ kỹ thuật cán bột tương đối ổn mà cả "cảm giác" bột tốt để nhận biết khi nào thì bơ đủ lạnh để có thể cán và khi nào cần phải đợi thêm...

Tất cả những điều này khiến tôi e ngại với bột ngàn lớp trong suốt một thời gian dài. Nhưng cuối cùng, chiếc bánh sừng bò đầu tiên thơm ngon đến bất ngờ. Khâu cán bột cũng không quá mất thời gian như nhiều tài liệu đề cập. Tổng cộng chỉ khoảng

hai giờ và bánh khi vừa lấy ra khỏi lò thì quả là rất khác so với bánh mua ngoài tiệm. Không chỉ có phần ruột nở xốp rỗng với nhiều lớp bột mỏng tang mà còn thơm vô cùng nhờ sử dụng bơ chất lượng tốt. Đặc biệt là bánh có lớp vỏ mỏng nâu vàng óng và hơi giòn – thứ chỉ có thể thưởng thức tại nhà chứ không thể mua ngoài tiệm bởi một thời gian ngắn sau khi lấy khỏi lò, vỏ bánh sẽ trở nên mềm hơn.

Say mê từ phút đầu "gặp gỡ", tôi tiếp tục cán thêm rất nhiều mẻ bột mới, vừa để luyện tay nghề, vừa để thử nghiệm các sản phẩm với bột ngàn lớp: bánh sừng bò (Croissant), bánh cuộn sô-cô-la (Pain au chocolat), bánh cuộn nho khô kem trứng (Pain au raisin), bánh táo "turnover", Pizza, Pa-tê-sô và rất nhiều món đồ ăn nhẹ khác. Sau mỗi lần thử một loại mới đều có một sự tiếc nuối nho nhỏ vì "sao món ăn này ngon thế mà đến giờ mình mới biết!" Bởi vậy mà tôi muốn dành riêng một chương trong *Nhật ký học làm bánh* để viết về thứ bột "thiên thần" này. Hy vọng rằng những chia sẻ của tôi sẽ xóa tan tất cả những nghi ngại và chần chừ của bạn, đồng thời giúp bạn có được thật nhiều những "tiếc nuối" kèm với mãn nguyện vì đã chinh phục được một trong những loại bột tuyệt vời nhất trong thế giới Pastry.

Có hai loại bột ngàn lớp chính, bột ngàn lớp có dùng men nở (yeast-raised laminated dough) và bột ngàn lớp không dùng men nở (puff pastry). Trong loại bột dùng men nở, hai công thức phổ biến nhất là bột ngàn lớp kiểu Danish (Danish pastry dough) và bột ngàn lớp kiểu Croissant (Croissant pastry dough).

Tuy cách làm về cơ bản giống nhau, đều yêu cầu phải cán-gấp bột nhiều lần để tạo ra các lớp bơ-bột mỏng xen kẽ, nhưng có khá nhiều điểm khác biệt trong thành phần nguyên liệu cũng như mùi vị của bánh làm bởi những loại bột này. Bột ngàn lớp không dùng men (puff pastry) có thành phần khá đơn giản, thường chỉ gồm bột, nước, một chút bơ, rất ít đường, muối và một phần bơ để cán xen kẽ với bột. Thành phần của bột ngàn lớp có dùng men phong phú hơn, có thể có thêm sữa, trứng và đặc biệt là có khá nhiều đường. Vì lý do này mà bột ngàn lớp có men thường chỉ dùng để làm các loại bánh ngọt, trong khi bột ngàn lớp không men – puff pastry – có thể dùng để làm cả món mặn lẫn món ngọt.

Điểm khác biệt lớn nhất giữa hai loại bột này là vì có dùng men nên bột ngàn lớp có men (yeast-raised laminated dough) cũng được tính vào nhóm bánh mì. Sản phẩm làm ra từ bột loại này vì vậy có thớ bánh trong ruột mềm và hơi dai một chút theo kiểu bánh mì. Trong khi sản phẩm làm ra từ bột ngàn lớp không dùng men (puff pastry) có các lớp bột mỏng và thường

giòn tan. Mặt khác, nhờ có men giúp hỗ trợ bánh nở nên yeast-raised laminated dough không có nhiều lớp như puff pastry. Thông thường yeast-raised laminated dough có khoảng 81 đến 108 lớp (tương đương với 3 lần cán-gấp bột), trong khi puff pastry có khoảng từ 800 đến 3000 lớp (tương đương với 5 đến 6 lần cán-gấp bột).

Vậy có phải là chọn dùng bột có men (yeast-raised laminated dough) thì "nhàn" hơn vì cán – gấp ít hơn không? Câu trả lời là "không hẳn". Mặc dù số lần cán-gấp ít hơn nhưng vì có men nên sản phẩm làm từ bột này luôn cần ủ bột (giống như bánh mì). Việc ủ này thường rất mất thời gian do ủ ở nhiệt độ hơi cao một chút là bơ sẽ chảy, ngấm vào bột bánh, làm cho khi nướng các lớp không tách được, bánh sẽ chuyển thành bánh mì thay vì ngàn lớp. Bên cạnh đó, như đã nói ở trên, bột ngàn lớp không có men (puff pastry) cho phần ruột bánh mỏng tang và giòn rụm, khác với kiểu sản phẩm làm từ bột có men. Vì đặc điểm này mà rất nhiều món ăn chỉ có mùi vị ngon khi sử dụng puff pastry, mà không thể thay thế bằng yeast-raised dough.

Trong phần tiếp theo đây, tôi xin giới thiệu với các bạn hai công thức cơ bản để làm Danish/Croissant pastry dough và Puff pastry. Tiếp theo hai công thức cơ bản này là một số loại bánh ngọt và mặn sử dụng hai loại bột ngàn lớp có và không dùng men như bánh sừng bò, bánh cuộn sô-cô-la, bánh táo, Pa-tê-sô, Vol-au-vent,...

- DANISH - CROISSANT DOUGH -

Bột ngàn lớp có men nở được dùng để làm nhiều loại bánh quen thuộc như bánh sừng bò (Croissant), bánh cuộn sô-cô-la, bánh cuộn kem trứng nho khô... Hai công thức bột Danish và bột Croissant khá giống nhau, chỉ khác biệt ở chỗ trong phần nguyên liệu có hay không dùng trứng. Vậy nên tôi dùng tên kết hợp của cả hai loại bột này và giới thiệu công thức có dùng trứng. Trứng không chỉ giúp bánh mềm hơn mà còn giúp lớp vỏ bánh bên ngoài có màu vàng xuộm rất hấp dẫn.

MỨC ĐỘ: *Khó*

THỜI GIAN CÁN BỘT: *2 - 3 giờ*

- NGUYÊN LIỆU -

A. PHẦN BỘT:

. *300 g bột làm bánh mì (bread flour)*

. *3 g muối*

. *20 g đường*

. *5 g men instant*

. *100 g sữa*

. *60 - 70 g nước lạnh*

. *1 trứng gà*

. *20 g bơ (để mềm ở nhiệt độ phòng)*

B. PHẦN BƠ ĐỂ CÁN:

. *170 g bơ lạnh (dạng khối cứng)*

1. Rây bột, muối, đường vào âu, trộn đều. Cho men vào âu, trộn đều.

2. Vét bột để tạo thành một lỗ trống ở giữa, cho sữa, nước và trứng vào. Dùng thìa gỗ quấy đều từ trong ra ngoài, đến khi các nguyên liệu hòa quyện thành một khối (hình 1). Đậy kín âu, để bột nghỉ 15 phút.

3. Cho bơ vào âu bột (hình 2). Nhồi nhẹ nhàng trong khoảng 5 phút (nên nhồi bằng tay). Khi bột chuyển thành một khối tương đối mịn nhưng chưa thật sự đàn hồi thì dừng lại (hình 3). Không cần nhồi bột đến mức dai mịn như nhồi bột bánh mì vì bột sẽ tiếp tục dai và đàn hồi hơn trong quá trình cán. Nếu nhồi bột kỹ ngay từ đầu, bột sẽ co lại nhiều khi cán, làm việc cán bột khó khăn hơn. Lượng nước có thể thay đổi tùy vào loại bột sử dụng. Nhưng bột ướt nhão một chút sẽ dễ cán hơn bột khô.

Bọc kín cả khối bột, để vào ngăn đá trong khoảng 20 đến 30 phút.

Lưu ý: bọc kín, tránh để bột hở sẽ làm bên ngoài bột bị khô.

4. Cán bơ thành miếng vuông 12 x 12 cm. Các bạn có thể cán bơ trực tiếp trên mặt bàn (dùng bột áo phủ mặt bàn và xoa cây cán để chống dính). Tôi thường cán bơ sử dụng giấy nến theo cách như sau:

- Chuẩn bị một miếng giấy nến rộng (kích thước tối thiểu 20 x 20 cm), gấp các cạnh để tạo thành gói giấy hình vuông cỡ 12 x 12 cm (hình 4).

- Mở giấy nến ra, ta sẽ có phần hình vuông cỡ 12 x 12 cm được đánh dấu bởi các nếp gấp giấy. Đặt miếng bơ vào giữa phần hình vuông này (hình 5). Gấp giấy lại. Nếu miếng bơ quá to, không gấp được thì đặt một miếng giấy nến khác lên trên bơ. Dùng chày đập nhẹ cho bơ dẹt ra (hình 6 - 7). Nên dùng bơ nguyên tảng sẽ tốt hơn là cắt nhỏ bơ thành nhiều phần, như vậy bơ sẽ giữ được nguyên miếng, không có không khí lọt trong bơ và khi cán khó bị vỡ hơn.

- Khi bơ đã tương đối dẹt thì tiếp tục cán bơ (nằm trong miếng giấy) thành miếng mỏng, phẳng đều (hình 8 - 9).

Cách làm này rất sạch sẽ và nhanh. Vì bơ chỉ dàn trong khuôn giấy nên cả kích thước và độ dày của miếng bơ đều tương đối chuẩn. Để cả miếng bơ vào ngăn mát tủ lạnh khoảng 15 đến 20 phút.

5. Khi bột đã rất lạnh thì cán thành hình vuông kích thước 17 x 17 cm. Đặt miếng bơ (mát lạnh và dẻo) lên giữa miếng bột như trong hình 10. Gấp các mép bột lại để bao kín bơ (hình 11 - 12).

Cán bột thành hình chữ nhật kích thước

20 x 45 cm. Sau khi cán xong, cắt bỏ phần diềm ngoài miếng bột, nơi không có bơ xen giữa (hình 13). Bột khá mỏng nên có thể nhìn thấy lớp bơ ở giữa khá dễ dàng. Hoặc các bạn có thể cắt và kiểm tra phần bột, khi thấy bơ nằm giữa lớp bột là ổn.

Lưu ý:

- Nên căn thời gian sao cho bột và bơ có độ lạnh đồng đều nhau, bơ đủ dẻo để cán, không quá cứng nhưng cũng không quá mềm.

- Đây là lần cán bột quan trọng nhất. Cần cán sao cho bơ dàn đều mỏng, nằm giữa hai phần bột và không bị gãy, vỡ hay đứt đoạn. Nếu trên miếng bột có chỗ chỉ có bột mà không có bơ xen giữa thì khi chúng ta tiếp tục cán và gấp bột, phần "lỗi" này sẽ được nhân lên nhiều lần nữa. Đây cũng là lý do cần cắt phần diềm ngoài bột không có bơ ở giữa.

- Nên chuẩn bị thêm bột mì để làm bột áo chống dính cho mặt bàn và cây cán bột.

6. Gấp bột lại lần thứ nhất theo kiểu single fold như sau:

- Xoay miếng bột sao cho chiều rộng của miếng bột nằm song song với cạnh bàn.

- Gấp 1/3 miếng bột phía trên xuống dưới (hình 14).

- Gấp 1/3 miếng bột còn lại lên trên, ta có miếng bột như trong hình 15.

Bọc kín bột bằng giấy nến, để vào ngăn đá trong khoảng 20 đến 25 phút (tùy độ lạnh của ngăn đá). Đến khi bột và bơ mát lạnh, bơ dẻo đủ để cán tiếp thì lấy ra.

7. Cán và gấp bột lần thứ hai. Thao tác như lần (1): cán thành hình chữ nhật kích thước 20 x 45 cm. Cắt bỏ diềm bột thừa (nếu có), gấp lại theo kiểu single fold. Gói kín bột, để ngăn đá khoảng 15 - 20 phút đến khi bơ đủ dẻo để cán tiếp.

8. Cán bột lần thứ ba thành hình chữ nhật kích thước 20 x 45 cm. Sau khi cán xong, gấp bột theo kiểu double fold như sau:

- Xoay miếng bột cho chiều dài của miếng bột song song với cạnh bàn.

- Gấp hai phần bên cạnh của miếng bột vào giữa (hình 16).

- Gấp đôi miếng bột lại (hình 17).

Lưu ý: Trước khi gấp bột cần dùng chổi quét sạch bột áo bám trên mặt bột nếu có. Sau mỗi lần gấp kiểu single fold, các lớp bột và bơ được nhân lên 3 lần. Sau mỗi lần gấp kiểu double fold, các lớp bột và bơ được nhân lên 4 lần. Như vậy từ 3 lớp ban đầu (sau khi bọc bơ vào trong bột), qua 2 lần single fold và 1 lần double fold, chúng ta có tổng cộng 3 x 3 x 3 x 4 = 108 lớp bơ-bột xen kẽ.

Sau lần cán và gấp thứ ba này, bột đã sẵn sàng để sử dụng. Các bạn có thể gói kín, để ngăn đá khoảng 10 đến 15 phút cho bơ cứng hơn rồi cán và tạo hình theo công thức. Hoặc có thể bọc kín bột bằng ni lông bọc thực phẩm (hình 18) rồi trữ đông (nên bọc nhiều lớp và để trong túi ni lông kín có khóa kéo, tránh để bột bị hở sẽ khô phần bột bên ngoài). Khi cán dùng thì để bột xuống ngăn mát cho tan đá rồi sử dụng.

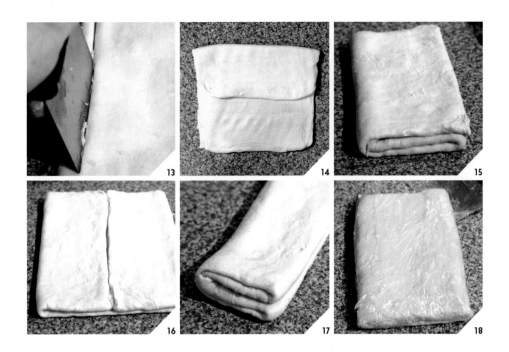

13 14 15
16 17 18

-GHI CHÚ-

....

....

....

....

....

....

P uff pastry không dùng men nở như Danish-Croissant dough nên việc bột nở chỉ dựa vào một yếu tố duy nhất là nhờ nước trong bơ bay hơi khi nướng, tạo ra luồng hơi khí đẩy các lớp bột tách nhau và nở. Vì vậy nên so với Danish-Croissant dough, Puff pastry cần lượng bơ để cán lớn hơn (bằng khoảng 50-100% so với lượng bột). Các lần cán và gấp cũng nhiều hơn để khi nướng sản phẩm tách thành nhiều lớp mỏng giòn hơn.

MỨC ĐỘ: *Khó*   **THỜI GIAN CÁN BỘT:** *2.5 - 3 giờ*   **DỤNG CỤ:** *Cây cán bột và giấy nến*

- NGUYÊN LIỆU -

A. PHẦN BỘT:

. *300 g bột làm bánh mì*

. *3 g muối*

. *4 g đường*

. *90 g sữa*

. *90 - 100 g nước lạnh*

. *30 g bơ (để mềm ở nhiệt*

   độ phòng)

B. PHẦN BƠ ĐỂ CÁN:

. *195 g bơ lạnh (dạng khối cứng)*

- CÁCH LÀM -

1. Rây bột, muối, đường vào âu, trộn đều.

2. Vét bột để tạo thành một lỗ trống ở giữa, cho sữa và nước vào. Dùng thìa gỗ quấy đều từ trong ra ngoài đến khi các nguyên liệu hòa quyện thành một khối. Đậy kín âu, để bột nghỉ 15 phút.

3. Cho bơ vào âu bột. Nhồi nhẹ nhàng trong khoảng 5 phút (nên nhồi bột bằng tay). Đến khi bột chuyển thành một khối tương đối mịn nhưng chưa thật sự đàn hồi thì dừng lại. Không cần nhồi bột đến mức dai mịn như nhồi bột mì vì bột sẽ tiếp tục dai và đàn hồi hơn trong quá trình cán. Nếu nhồi bột kỹ ngay từ đầu, bột sẽ co lại nhiều khi cán làm việc cán bột khó khăn hơn. Lượng nước có thể thay đổi tùy vào loại bột sử dụng. Nhưng bột ướt nhão một chút khi cán sẽ dễ hơn là bột khô.

Bọc kín khối bột bằng giấy nến, để bột vào ngăn đá trong khoảng 20 đến 30 phút.

Lưu ý: bọc kín, tránh để bột hở sẽ làm bên ngoài bột bị khô.

Các thao tác còn lại, bao gồm cán dẹt bơ thành hình vuông, bọc bơ vào bột, cán và gấp được thực hiện giống như cách làm bột ngàn lớp có men Danish-Croissant dough (từ bước thứ 4). Với Puff pastry, cần cán và gấp bột từ 4 đến 6 lần để bột có khoảng 1000 lớp.

Ví dụ, từ khối bột ban đầu có 3 lớp (bột-bơ-bột):

- Nếu cán và gấp 4 lần theo kiểu double fold (mỗi một lần double fold sẽ làm tăng số lớp bơ-bột lên 4 lần), thì số lớp sẽ có là: 3 x 4 x 4 x 4 x 4 = 768 lớp.

- Nếu cán và gấp 5 lần theo kiểu single fold (mỗi một lần single fold sẽ làm tăng số lớp bơ-bột lên 3 lần) thì số lớp sẽ có là: $3 \times 3^5 = 729$ lớp.

Sau khi cán xong bột, các bạn có thể gói kín, để ngăn đá khoảng 10 đến 15 phút cho bơ cứng hơn rồi cán và tạo hình theo công thức. Hoặc có thể bọc kín bột bằng ni lông bọc thực phẩm rồi trữ đông (nên bọc nhiều lớp và để trong túi ni lông kín có khóa kéo, tránh để bột bị hở sẽ khô phần bột bên ngoài). Khi cần dùng thì để bột xuống ngăn mát cho tan hết đá rồi sử dụng.

- GHI CHÚ -

....

....

....

....

....

• Về nguyên liệu:

- Để bánh có mùi vị thơm ngon, nên chọn dùng bơ động vật dạng tảng. Mặc dù có thể dùng bơ thực vật hoặc chất béo khác để thay thế nhưng chỉ bơ động vật mới có đặc tính "tan chảy trong miệng" (melt-in-the-mouth).

- Nên dùng bột làm bánh mì với hàm lượng protein khoảng 11.5 - 12%. Có thể thay bằng bột mì đa dụng. Không nên dùng bột làm bánh ngọt vì thớ bánh sẽ kém dai và cũng khó cán.

• Về việc theo dõi độ lạnh của bột và bơ:

- Nguyên tắc chung khi cán bột ngàn lớp là bơ và bột phải luôn mát lạnh. Tránh để bơ mềm và chảy nhanh, vừa khó cán, bơ vừa dễ ngấm vào bột làm các lớp bột không tách nhau khi nướng. Vì lý do này mà bột ngàn lớp sẽ dễ cán hơn khi thời tiết mát mẻ hoặc lạnh. Nhiệt độ phòng lý tưởng là dưới 20°C. Nếu là mùa hè, nên cán trong phòng có điều hòa hoặc thao tác rất nhanh tay khi cán.

- Việc để bột vào tủ lạnh sau các lần cán vừa là vì mục đích làm lạnh này, vừa là để sợi gluten trong bột có thời gian nghỉ, bột sẽ đỡ co hơn trong lần cán tiếp theo. Nhiều công thức hướng dẫn để bột vào ngăn mát của tủ lạnh. Tuy nhiên, với tôi thì để bột trong ngăn đá có tác dụng tốt hơn

rất nhiều. Ngăn đá giúp làm lạnh lớp bơ ở bên trong nhanh hơn, thời gian chờ chỉ khoảng 20 đến 30 phút. Bơ khi lấy ra cán cũng dẻo và chậm mềm hơn.

- Thời gian chờ giữa các lần cán sau có thể ngắn hơn lần đầu tiên, do bơ vẫn còn mát lạnh nên không cần để trong tủ lạnh quá lâu. Nếu lỡ để hơi lâu làm bột quá cứng không cán được thì để bột xuống ngăn mát tủ lạnh để bột mềm bớt rồi cán.

• Về cách cán bột:

- Cán nhanh tay để trong toàn bộ quá trình cán, bơ và bột luôn mát lạnh. Nếu có dấu hiệu bơ mềm chảy hoặc bột bị rách làm lộ bơ, cần lập tức gói bột và để vào tủ lạnh. *Không được cố gắng cán tiếp* vì sẽ làm khối bột hỏng nặng hơn rất nhiều.

- Cán nhẹ nhàng, không ấn mạnh tay vì sẽ làm bột dàn không đều hoặc bơ bị đứt vỡ. Cách cán hiệu quả nhất với tôi là cán từ giữa ra bốn góc miếng bột, sau đó tiếp tục cán từ giữa đến các cạnh. Với cách cán này, tôi hạn chế được việc lực cán không đều làm cho bột dàn không đều, chỗ dày chỗ mỏng.

• Về cách gấp bột và số lần gấp:

- Các bạn có thể lựa chọn giữa hai kiểu single fold và double fold với số lần cán-gấp tùy chọn. Có thể sử dụng hoàn toàn một trong hai kiểu, hoặc xen kẽ theo một thứ tự khác với thứ tự trong công thức.

- Nhiều người cho rằng càng cán và gấp bột nhiều lần thì bột sẽ càng có nhiều lớp. Thực tế là càng cán nhiều, khả năng bột bị hỏng, không tách lớp sẽ càng cao hơn. Do càng cán, bơ càng mỏng, nên sẽ dễ chảy và ngấm vào bột nhiều hơn. Vì vậy, nếu chưa có nhiều kinh nghiệm với loại bột này, chỉ nên cán và gấp 3 lần với Danish Croissant dough (bột ngàn lớp có men) hoặc 4 đến 6 lần với Puff pastry (bột ngàn lớp không có men).

- Kích thước của bột trong các lần cán không nhất thiết phải giống như công thức, nhưng cần giống nhau ở tất cả các lần cán để đảm bảo các lớp đều nhau.

- Nếu bạn chưa có nhiều kinh nghiệm cán bột, có thể luyện tập trước với 1/2 công thức. Trong trường hợp này, bơ sẽ được cán thành hình vuông cỡ khoảng 8 x 8 cm. Bột sẽ được cán thành kích thước khoảng 15 x 35 cm trước khi gấp.

• **Về cách ủ bột và nướng:**

- Bột ngàn lớp có men Danish-Croissant cần ủ trước khi nướng (như bánh mì). Tuy nhiên, việc ủ bột này cần thực hiện ở nhiệt độ thấp (dưới 23°C) vì nếu cao hơn, bơ sẽ dễ bị chảy và ngấm vào bột, làm bánh không tách lớp được. Nếu là mùa đông, có thể ủ bột ở nhiệt độ phòng đến khi bột nở gấp đôi mới nướng. Thời gian ủ dao động trong khoảng 2 đến 3 giờ tùy kích thước bánh. Nếu là mùa hè, nên ủ bột trong phòng có điều hòa hoặc ngăn mát tủ lạnh. Một cách tốt để tiết kiệm thời gian là tạo

hình bột, để đông đá. Trước khi ăn khoảng 10 đến 12 tiếng thì để bột xuống ngăn mát tủ lạnh cho bột tự rã đông và ủ. Tức là nếu muốn ăn vào sáng hôm sau thì bỏ bột xuống ngăn mát từ chiều tối hôm trước. Khi bật lò nướng thì lấy bánh ra ngoài cho bớt lạnh là ổn.

- Luôn nướng bánh ở nhiệt độ cao. Thường nhiệt độ nướng tối thiểu cho các loại bột ngàn lớp là 200°C. Nên làm nóng lò ở 220°C, khi cho bánh vào lò thì hạ xuống nướng ở 200 - 210°C (lưu ý tùy theo loại lò mà mức nhiệt điều chỉnh bên ngoài có thể thay đổi, đây là nhiệt độ thực tế bên trong lò). Nếu nhiệt độ thấp hơn, nước không sôi được sẽ làm cho bánh nở kém hoặc không nở.

- Sau một thời gian đầu, khi bánh đã nở hết cỡ thì có thể giảm nhiệt xuống khoảng 180°C và tiếp tục nướng đến khi bánh chín vàng. Cần nướng đủ thời gian để bên trong ruột bánh khô hẳn (đặc biệt với các loại bánh làm từ bột có men nở). Nếu ruột bánh không khô hẳn, bánh có thể sẽ xẹp rúm sau khi lấy ra hoặc ăn rất ngấy.

- Không nên mở lò khi đang nướng bánh, đặc biệt là trong thời gian đầu vì nhiệt độ hạ thấp đột ngột sẽ làm xẹp bánh.

• Vì làm bột ngàn lớp có rất nhiều lưu ý nên nếu sau khi nướng bánh không nở, cần xem lại ở tất cả các khâu, cụ thể:

- Khi cán có làm bột rách, bơ mềm chảy không? Có cán quá mỏng làm bơ ngấm vào bột hay không?

- Có ủ ở nhiệt độ cao làm bơ chảy hay không?

- Có nướng ở nhiệt độ đủ cao hay không?

-BÁNH SỪNG BƠ-

- CROISSANT -

Nhắc đến Croissant hẳn nhiều người sẽ nghĩ ngay tới nước Pháp, nhưng quê hương thực sự của chiếc bánh này lại là nước Áo. Năm 1683, sau một thời gian dài vây hãm, quân Thổ quyết định đào hầm xuyên dưới thành lũy để tấn công thành Viên. May sao những thợ làm bánh ca đêm trong thành đã nghe thấy tiếng động và kịp thời báo cho quân đội Áo. Nhờ vậy mà Viên chống chọi được cho đến khi viện quân tới. Các thợ bánh Áo sau đó đã làm một loại bánh mới mang biểu tượng trăng lưỡi liềm của quân Thổ Nhĩ Kỳ, đặt tên là Kipfel, vừa để ăn mừng chiến thắng vừa để tri ân các thợ bánh đã cứu thành phố.

Hơn một thế kỷ sau, khi công chúa Áo Marie Antoinette kết hôn với thái tử Pháp (vua Louis XVI), các thợ bánh Paris đã làm bánh Kipfel để tỏ lòng tôn kính công chúa. Và sau nhiều năm, dưới bàn tay tài hoa của những người thợ làm bánh Pháp, Croissant đã trở thành một trong những loại pastry được ưa chuộng nhất thế giới.

THỜI GIAN Ủ BỘT: *2 - 3 giờ*
THỜI GIAN NƯỚNG: *20 - 30 phút*

-NGUYÊN LIỆU-

. *bột Danish-Croissant (bột ngàn lớp có men nở)*
. *trứng gà đánh tan để quét mặt bánh*

1. Cán bột thành miếng hình chữ nhật, dày khoảng 3 mm, rộng 20 - 22 cm, chiều dài phụ thuộc vào lượng bột sử dụng.

2. Dùng dao sắc cắt bột thành các hình tam giác có chiều cao 22 cm, đáy khoảng 10 cm (hình 1). Nếu sau khi cán, bơ có dấu hiệu mềm hơn thì để bột vào tủ lạnh khoảng 15 phút rồi mới cắt.

3. Tạo hình Croissant: Cắt một miếng nhỏ ở đáy của tam giác (hình 2). Nhẹ nhàng cuộn lại (hình 3). Nếu muốn bánh giống như chiếc sừng cong thì kéo nhẹ hai bên cạnh đáy của tam giác sang hai bên trước khi cuộn. Đặt bánh lên khay có lót giấy nền (hình 4 - 5).

Lưu ý:

- Một số hướng dẫn yêu cầu kéo bột dài ra sau khi cắt thành hình tam giác, nhưng việc này nên hạn chế hoặc chỉ kéo rất nhẹ nhàng, tránh để các lớp bột bị đứt hoặc dính vào nhau.

- Kể cả nếu không làm bánh sừng cong thì cũng nên cắt miếng bột nhỏ ở đáy trước khi cuộn, sẽ giúp phần ruột bánh rỗng và xốp hơn.

- Có thể cắt tam giác với kích thước khác nhưng nên cắt tam giác có độ cao lớn hơn đáy nhiều một chút, khi cuộn lại sẽ được nhiều vòng.

4. Ủ bánh ở nhiệt độ mát mẻ (dưới 23°C) đến khi bánh nở gấp 2 - 2.5 lần (hình 6). Trong khi ủ nên đậy để mặt bánh không bị khô. (Xem thêm các lưu ý về ủ bánh trong phần "bí quyết thành công").

5. Làm nóng lò ở nhiệt độ 220°C (hai lửa). Đánh tan trứng, dùng chổi quét trứng lên bánh (hình 7). Quét nhẹ nhàng và vừa đủ, không quét quá nhiều làm trứng đọng lại trên bánh sẽ ảnh hưởng đến việc bánh nở.

6. Khi lò đủ nóng thì đưa bánh vào lò nướng ở 200 - 210°C trong 15 đến 20 phút (hình 8). Khi bánh đã nở hết và chuyển màu vàng nhạt thì hạ lửa xuống 180°C, nướng thêm khoảng 10 phút đến khi bánh chín vàng nâu, hơi sém. (Xem thêm các lưu ý về cách nướng bánh trong phần "bí quyết thành công").

- Bánh chín lấy ra khỏi lò, để nguội bớt rồi dùng. Một công thức bột Danish-Croissant trong sách làm được 8 đến 10 cái cỡ vừa.

* Croissant thành công sẽ có phần ruột nở xốp và rỗng với nhiều lỗ khí như kiểu tổ

ong (hình 9). Các thớ bánh trong ruột mỏng và mềm, có thể hơi dai một chút xíu. Vỏ bánh vàng sậm, có thể hơi sém và rất giòn. Bánh thơm bơ nhưng không ngấy. Bánh ngon nhất là dùng trong khoảng 12 giờ kể từ khi nướng xong, không nên để lâu hơn.

- GHI CHÚ -

....

....

....

Hai biến tấu đơn giản nhưng không kém phần thú vị của Danish pastry dough là bánh cuộn sô-cô-la (Pain au chocolat) và bánh cuộn nho với kem trứng (Pain au raisin). Vỏ bánh giòn rụm bao lấy lớp ruột nhẹ băng, mềm dai thơm mùi bơ quyện với sô-cô-la, hay chút chua chua ngòn ngọt từ nho khô khiến vị ngon của bột ngàn lớp trở nên hấp dẫn hơn rất nhiều.

THỜI GIAN Ủ BỘT: *2 - 3 giờ*
THỜI GIAN NƯỚNG: *20 - 25 phút*

—————— -NGUYÊN LIỆU- ——————

. bột Danish-Croissant (bột ngàn lớp có men nở)

. sô-cô-la (dạng thanh hoặc viên nhỏ)

. ½ công thức nhân kem trứng (trong bài "Bánh su kem")

. quả khô (ngâm nước ấm trước 1 giờ cho mềm)

. trứng gà đánh tan để quét mặt bánh

A. Pain au chocolat:

1. Cán bột thành hình chữ nhật có độ dày khoảng 3 mm, chiều rộng 20 cm, chiều dài tùy thuộc vào lượng bột sử dụng.

2. Dùng dao sắc cắt bột thành các hình chữ nhật kích thước 8 x 10 cm.

3. Xếp sô-cô-la lên một đầu của miếng bột (hình 1). Có thể dùng sô-cô-la chip hoặc dạng thanh nhỏ. Cuộn lại theo chiều dài (hình 2 - 3). Đặt bánh lên khay có lót giấy nến, úp phần mép cuộn xuống dưới.

4. Ủ bánh ở nhiệt độ mát mẻ (dưới 23°C) đến khi bánh nở gấp 2 - 2.5 lần. Trong khi ủ nên có biện pháp che đậy để mặt bánh không bị khô. Xem thêm các lưu ý về ủ bánh trong phần "bí quyết thành công".

5. Làm nóng lò ở nhiệt độ 220°C (hai lửa). Đánh tan trứng, dùng chổi quét trứng lên bánh. Quét nhẹ nhàng và vừa đủ, không quét quá nhiều làm trứng đọng lại trên bánh sẽ ảnh hưởng đến việc bánh nở.

6. Khi lò đủ nóng thì đưa bánh vào lò nướng ở 200 - 210°C trong khoảng 10 đến 15 phút. Khi bánh đã nở hết và chuyển màu vàng nhạt thì hạ lửa xuống 180°C, nướng thêm khoảng 10 phút đến khi bánh chín vàng nâu, hơi sém. (Xem thêm các lưu ý về cách nướng bánh trong phần "bí quyết thành công".)

- Bánh chín lấy ra khỏi lò, để nguội bớt rồi dùng. Một công thức bột Danish-Croissant trong sách làm được khoảng 10 đến 12 bánh.

B. Pain au raisin:

1. Cán bột thành hình chữ nhật có độ dày khoảng 3 mm, chiều rộng 20 cm, chiều dài khoảng 25 cm (lượng bột sử dụng bằng khoảng 1/2 công thức Danish-Croissant).

2. Quét một lớp kem trứng lên mặt bột. Rắc quả khô lên trên, cuộn lại theo chiều dài (hình 4).

3. Cắt bột thành các miếng bằng nhau, độ dày mỗi miếng khoảng 3 cm (hình 5). Đặt lên khay có lót giấy nướng bánh.

Các bước ủ và nướng bánh giống như Pain au chocolat.

Bánh ngon nhất là dùng trong khoảng 12 giờ kể từ khi nướng xong, không nên để lâu hơn.

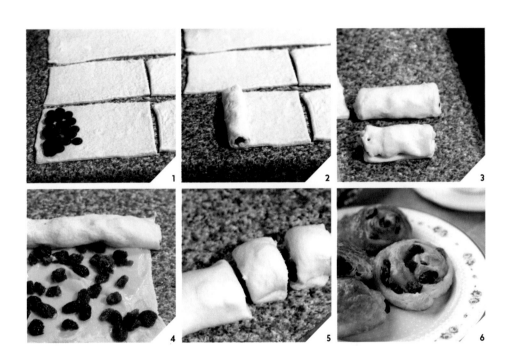

- GHI CHÚ -

....

....

....

BÁNH TÁO NGÀN LỚP

- APPLE TURNOVER -

Những miếng táo mềm dai chua chua ngọt ngọt được bao bọc bởi hàng trăm lá bột mỏng tang thơm phức. Nếu bạn đã có sẵn bột puff pastry trong tủ lạnh thì tôi tin rằng đây sẽ là một món ăn xế hay tráng miệng "siêu tốc" nhưng vẫn rất hoàn hảo cho ngày gió mùa về.

THỜI GIAN NƯỚNG: *20 - 25 phút*

- NGUYÊN LIỆU -

A. VỎ BÁNH:

. *½ công thức bột Puff pastry*

  (bột ngàn lớp không có men nở)

. *1 trứng gà*

B. NHÂN BÁNH:

. *250 g táo (loại giòn)*

. *25 - 30 g đường vàng*

. *1 thìa café nước cốt chanh*

. *¼ thìa café bột quế*

. *¼ thìa café bột nhục đậu khấu*

  (nutmeg – không bắt buộc)

. *¼ thìa café va-ni chiết xuất*

. *10 g bột ngô*

. *10 g bơ*

BÁNH TÁO NGÀN LỚP
- CÁCH LÀM -

1. Chuẩn bị phần nhân bánh:

- Táo rửa sạch, bỏ lõi, thái khối vuông, cạnh khoảng 1 cm (hình 1).

- Trộn táo với các nguyên liệu còn lại, trừ bơ (hình 2). Có thể nếm và điều chỉnh lượng đường tùy thích.

- Để lửa vừa. Cho bơ vào nồi, đun chảy (hình 3). Cho táo vào, đun ở lửa vừa trong khoảng 4 đến 5 phút, tới khi táo mềm nhưng vẫn còn hơi giòn (hình 4). Để nguội.

2. Vỏ bánh:

- Cán bột thành hình chữ nhật có độ dày khoảng 3 mm, chiều rộng 18 cm.

- Dùng dao sắc cắt bột thành hình vuông kích thước 9 x 9 cm (hình 5).

3. Làm nóng lò nướng ở nhiệt độ 220°C (hai lửa). Chuẩn bị khay nướng có lót giấy nến hoặc tấm nướng bánh silicon.

4. Đánh tan trứng gà. Dùng chổi quét trứng lên một mặt của các miếng bột (hình 6). Chia táo lên từng miếng bột (hình 7). Gấp bột lại, ta có bánh hình tam giác.

Lưu ý: Không nên cho quá nhiều táo và để nước táo dính lên mép bột, bột sẽ khó gấp lại và mép bột không dính lại được.

5. Đặt bánh vào khay nướng. Quét trứng lên mặt bánh. Dùng nĩa ấn lên mép bánh để tạo vân (hình 8).

6. Khi lò đủ nóng thì đưa bánh vào lò nướng ở 200 - 210°C trong 15 đến 20 phút (hình 9). Khi bánh đã nở hết và chuyển màu vàng nhạt thì hạ lửa xuống 180°C, nướng thêm 5 đến 10 phút đến khi bánh chín vàng nâu, hơi sém. (Xem thêm các lưu ý về cách nướng bánh trong phần "bí quyết thành công").

Bánh ngon nhất là dùng trong khoảng 12 giờ kể từ khi nướng xong, không nên để lâu hơn.

- GHI CHÚ - ....

....

....

VOL-AU-VENT
- VOL-AU-VENT -

Những chiếc vỏ ngàn lớp với phần ruột rỗng này là một "cứu cánh" cho các bà nội trợ khi cần chuẩn bị tiệc. Salad mặn hay ngọt, kem trứng, mứt quả... dù là loại nhân nào thì khi đi cùng với Vol-au-vent cũng trở nên hết sảy, và chắc chắn sẽ "lấy lòng" được hết thảy các vị khách tham dự bữa ăn.

THỜI GIAN NƯỚNG: *15 - 20 phút tùy kích thước*

-NGUYÊN LIỆU-

. bột Puff pastry (bột ngàn lớp không có men nở)
. trứng gà đánh tan để phết bánh
. nhân kem trứng (trong bài "Bánh su kem")
* hoặc mứt quả tùy thích*

A. Vol-au-vent dạng tròn:

1. Chia bột thành 2 phần, một phần to gấp đôi phần còn lại.

2. Cán phần nhỏ hơn thành miếng mỏng khoảng 1.5 mm. Cán phần to hơn thành miếng mỏng khoảng 3 mm. Sau khi cán hai miếng bột sẽ có cùng diện tích.

3. Chuẩn bị hai khuôn cắt hình tròn đường kính 5 cm và 3 cm. Nếu không có khuôn cắt, có thể dùng vật tròn và sắc với đường kính tương tự như miệng bát, miệng hộp thiếc, nút chai...

4. Dùng khuôn cắt đường kính 5 cm để cắt bột. Nhúng khuôn vào dầu ăn để cắt bột dễ hơn (hình 1 - 2). Tiếp theo, dùng khuôn cắt đường kính 3 cm để cắt phần bên trong của các miếng bột dày hơn (bột có độ dày 3 mm) (hình 3). Vì miếng bột này sẽ tạo ra phần "thành" của Vol-au-vent nên cần dày hơn phần bột để ở dưới.

Lưu ý: Nếu dùng khuôn cắt to hơn thì sẽ cần tăng độ dày của bột khi cán.

5. Đánh tan trứng. Nhẹ nhàng quét trứng lên bề mặt của các miếng bột để. Đặt chồng miếng bột có lỗ hổng lên trên. Chuyển bột lên khay nướng (hình 4).

B. Vol-au-vent dạng vuông:

1. Cán bột thành miếng dày khoảng 2 mm.

2. Dùng dao sắc cắt bột thành hình vuông kích thước 6 x 6 cm.

3. Gấp miếng bột theo đường chéo. Cắt hai đường song song với hai cạnh của tam giác. Khoảng cách giữa đường cắt với cạnh tam giác khoảng 0.5 cm.

Lưu ý: Hai đường cắt này không giao nhau ở góc tam giác (bột không đứt rời) (hình 5).

4. Mở miếng bột ra. Nhẹ nhàng quét trứng đánh tan lên mặt bột (hình 6). Lồng phần cạnh của miếng bột vừa cắt rời sang hai phía đối diện (hình 7 - 8), ta có sản phẩm như hình 9. Chuyển bột lên khay nướng.

Lưu ý: Cỡ 6 x 6 cm sẽ cho Vol-au-vent loại mini. Các bạn có thể cắt với kích thước lớn hơn. Phần diềm nên tính bằng khoảng 1/12 độ dài của cạnh, như vậy sẽ có khoảng trống ở giữa bánh tương đối rộng, đủ để cho nhân vào. Ngoài ra, nếu làm cỡ lớn hơn thì nên cán bột dày hơn một chút.

C. Nướng bánh:

1. Làm nóng lò nướng ở nhiệt độ 220°C (hai lửa). Quét một lớp trứng mỏng lên mặt bánh (hình 10). Nếu dùng nhân kem trứng, có thể phun nhân kem vào phần trống ở giữa bánh (hình 11). Hoặc dùng nĩa châm nhiều lỗ lên phần trống này để khi nướng phần này không nở quá nhiều.

2. Khi lò đủ nóng thì đưa bánh vào lò nướng ở 200 - 210°C trong 10 đến 15 phút (hình 12). Khi bánh đã nở hết và chuyển màu vàng nhạt thì hạ lửa xuống 180°C, nướng thêm 5 đến 10

phút tới khi bánh chín vàng nâu. (Xem thêm các lưu ý về cách nướng bánh trong phần "bí quyết thành công".)

3. Sau khi bánh chín, để nguội rồi cho nhân vào giữa bánh. Ngoài nhân ngọt, các bạn cũng có thể dùng các loại nhân mặn tùy thích.

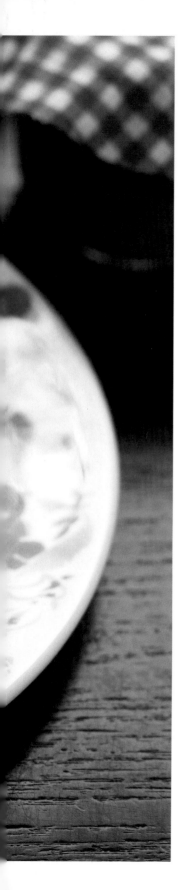

- PÂTÉ CHAUD -

Đôi lúc tôi tự hỏi, liệu có thứ mùi hương nào có thể quyến rũ hơn mùi thơm của bơ quyện với mùi pa-tê và hành tỏi tỏa ra từ lò nướng? Nhưng cũng chính bởi thế mà khi nướng Pa-tê-sô, luôn cần phải chạy thật xa khỏi lò nướng. Bởi nếu không thì chính cái dạ dày của mình sẽ là nạn nhân của vụ "tra tấn" bằng mùi hương.

THỜI GIAN NƯỚNG: *20 - 30 phút tùy kích thước*

-NGUYÊN LIỆU-

A. PHẦN VỎ BÁNH:

. 1 công thức bột Puff pastry (bột ngàn lớp không có men nở)

. trứng gà đánh tan để phết bánh

B. PHẦN NHÂN BÁNH:

. 70 g pa-tê

. 200 g thịt heo xay

. 60 g hành tây – thái hạt lựu

. 1 thìa canh dầu hào (oyster sauce)

  – hoặc thay bằng muối, bột gia vị tùy thích

. 2 củ hành khô – bóc vỏ, bằm nhuyễn

. 3 - 4 tép tỏi – bóc vỏ, bằm nhuyễn

. tiêu xay

. 1 thìa canh dầu ăn

PA-TÊ-SÔ

CÁCH LÀM

1. Chuẩn bị nhân bánh:

- Cho pa-tê, thịt heo, hành tây và dầu hào vào bát, trộn đều (hình 1).

- Đun nóng dầu ăn trong chảo. Cho hành tỏi vào phi vàng thơm (hình 2).

- Cho các thứ nguyên liệu còn lại vào. Để lửa to, đảo nhanh tay trong khoảng 1 đến 2 phút đến khi các nguyên liệu chín tái (hình 3). Rắc hạt tiêu, trộn đều. Đổ nhân ra bát để nguội bớt.

* Lưu ý: Chỉ xào nhân vừa chín tái, khi nướng nhân sẽ tiếp tục chín và không bị khô hay tiết nhiều dầu khi nướng xong.

2. Cán bột thành hình chữ nhật dày 2 - 3 mm, chiều rộng 20 cm.

3. Dùng dao sắc cắt bột thành các miếng chữ nhật cỡ 5 x 6.5 cm (nếu làm bánh cỡ nhỏ) hoặc 7 x 10 cm (nếu làm bánh cỡ to) (hình 4).

4. Làm nóng lò nướng ở nhiệt độ 220°C (hai lửa). Chuẩn bị khay có lót giấy nướng.

5. Đánh tan nhẹ trứng. Quét một lớp trứng mỏng lên một mặt bột. Xúc một thìa nhân đổ vào giữa miếng bột (hình 5). Úp miếng bột thứ hai lên trên, ấn nhẹ cho mép bột dính chặt. Chuyển bánh lên khay nướng. Làm tương tự với phần bột và nhân còn lại.

6. Quét một lớp trứng mỏng lên mặt bánh. Dùng nĩa ấn nhẹ quanh viền bánh để tạo vân (hình 6).

7. Khi lò đủ nóng thì đưa bánh vào lò nướng ở 200 - 210°C trong 10 đến 15 phút (hình 7). Khi bánh đã nở hết và chuyển màu vàng nhạt thì hạ lửa xuống 180°C, nướng thêm đến khi bánh chín vàng nâu. (Xem thêm các lưu ý về cách nướng bánh trong phần "bí quyết thành công".) Thời gian nướng bánh nhỏ khoảng 20 đến 25 phút, bánh to khoảng 25 đến 30 phút.

- GHI CHÚ -

....

....

....

....

PIZZA NGÀN LỚP

- MINI PUFF PASTRY PIZZA -

Dùng bột ngàn lớp để làm đế bánh Pizza – tại sao lại không nhỉ? Bạn có thể dùng bất kỳ loại nhân nào theo ý thích, cắt nhỏ, xếp vào giữa miếng bột ngàn lớp đã cán sẵn, rắc pho-mát, rồi cho vào lò nướng. Dăm phút sau là đã có bữa ăn nóng hổi và rất ngon lành rồi. Với món Pizza ngàn lớp của riêng mình, tôi chọn nấm, thịt ba chỉ hun khói và hành tây. Hành tây xào bơ và đường nâu mang đến cho món Pizza chút ngòn ngọt, kết hợp với vị mặn của thịt ba chỉ, mềm bùi của nấm, dùng làm món khai vị hay món chính đều ngon cả.

THỜI GIAN NƯỚNG: *10 - 15 phút*

- NGUYÊN LIỆU -

A. PHẦN VỎ BÁNH:

. *½ công thức bột Puff pastry (bột ngàn lớp không có men nở)*

. *trứng gà đánh tan để phết bánh*

B. PHẦN NHÂN BÁNH:

. *100 g hành tây*

. *100 g nấm*

. *60 g ba chỉ hun khói*

. *20 g bơ*

. *2 thìa café đường nâu*

. *40 g pho-mát Parmesan – bào vụn*

. *mùi tây (Parsley) để trang trí – không bắt buộc*

1. Chuẩn bị nhân bánh:

- Hành tây bổ múi cau, thái mỏng. Nấm thái lát mỏng. Thịt ba chỉ hun khói thái miếng nhỏ.

- Dùng chảo chống dính, cho thịt ba chỉ vào "rang" ở lửa vừa – to (hình 1). Khi thịt ba chỉ sém cạnh (hình 2) và tiết ra một phần mỡ thì gắp thịt ra ngoài, để lại mỡ trong chảo.

- Cho nấm vào đảo sơ qua với phần mỡ trong chảo trong khoảng 1 phút (không cần chín kỹ) (hình 3). Đổ nấm ra bát.

- Cho bơ vào chảo. Để lửa vừa. Khi bơ vừa tan chảy thì cho hành tây và đường vào. Xào sơ trong khoảng 1 đến 2 phút cho hành chín tái (hình 4). Bắc ra để nguội.

*** Lưu ý:** Đường không phải là thành phần bắt buộc, các bạn có thể bỏ qua nếu không muốn có vị ngọt.

2. Cán bột thành hình chữ nhật dày 2 mm, chiều rộng 20 cm.

3. Dùng dao sắc cắt bột thành các miếng chữ nhật kích thước 5 x 3.5 cm (hình 5).

4. Làm nóng lò nướng ở nhiệt độ 220°C (hai lửa). Chuẩn bị khay có lót giấy nướng. Đặt các miếng bột lên khay.

5. Đánh tan nhẹ trứng. Quét một lớp trứng mỏng lên một mặt bột. Xếp lần lượt hành tây, nấm, thịt ba chỉ vào giữa miếng bột (hình 6). Rắc pho-mát lên trên (hình 7).

6. Khi lò đủ nóng thì đưa bánh vào lò nướng ở 200 - 210°C trong khoảng 10 phút (hình 8). Khi bánh đã nở to và viền bánh chuyển màu vàng nhạt thì hạ lửa xuống 180°C nướng thêm khoảng 5 phút đến khi vỏ bánh chín vàng nâu. (Xem thêm các lưu ý về cách nướng bánh trong phần "bí quyết thành công".) Dùng nóng.

- GHI CHÚ -

....

....

....

....

BACON STRAW

- BACON STRAW -

Puff pastry là một loại nguyên liệu rất tốt để làm các món bánh dạng que xoắn dùng ăn chơi, nhậu hay làm khai vị đầu một bữa tiệc. Có nhiều cách kết hợp mùi vị cho các que xoắn ngàn lớp này: rắc thêm ít vừng (mè) hay đường quế, cuộn pho-mát các loại hay salami, thịt hun khói với chút lá thơm như ngò tây, húng tây, hương thảo...

THỜI GIAN NƯỚNG: *10 - 15 phút*

-NGUYÊN LIỆU-

. ⅓ công thức bột Puff pastry

  (bột ngàn lớp không có men nở)

. *thịt ba chỉ hun khói – loại lát mỏng*

. *trứng gà đánh tan để phết bánh*

. *pho-mát Parmesan – bào vụn (không bắt buộc)*

BACON STRAW

- CÁCH LÀM -

1. Làm nóng lò nướng ở nhiệt độ 220°C (hai lửa). Chuẩn bị khay có lót giấy nướng.

2. Cán bột thành hình chữ nhật dày 2 mm, chiều dài 30 cm.

3. Dùng dao sắc cắt bột thành các dải nhỏ có chiều dài 30 cm, rộng 1.5 cm (hình 1). Cắt thịt ba chỉ thành các dải dài có độ rộng khoảng 1 cm.

4. Đặt thịt ba chỉ lên trên bột, nhẹ nhàng vặn lại thành hình que xoắn (hình 2). Đặt bột lên khay. Đánh tan nhẹ trứng, quét trứng lên các que bột (hình 3).

5. Khi lò đủ nóng thì đưa bánh vào lò nướng ở 200-210°C trong 10 đến 12 phút. Khi bánh đã nở to và viền bánh chuyển màu vàng nhạt thì hạ lửa xuống 180°C, nướng thêm 3 đến 5 phút. (Xem thêm các lưu ý về cách nướng bánh trong phần "bí quyết thành công").

Sau khi bánh chín, có thể rắc thêm pho-mát Parmesan tùy thích.

- GHI CHÚ -

....

....

....

- PALMIER -

Trong cuốn sách mới nhất của mình về nghệ thuật làm bánh Pháp, tác giả - thợ làm bánh nổi tiếng Dorie Greenspan đã viết rằng: "Hãy nếm thử Palmier, bạn sẽ hiểu lý do tại sao tôi cần phải giới thiệu cách làm nó trong quyển sách này." Quả thực, khi làm và nếm thử Palmier, mọi hoài nghi của tôi về chiếc bánh quá ư đơn giản này lập tức tan biến. Cách làm vô cùng dễ và mùi vị vô cùng ngon: giòn rụm, ngọt vị đường quyện với vị bơ thơm ngậy. Thật khó tưởng tượng ra một ai đó có thể khước từ món bánh tuyệt vời này.

THỜI GIAN NƯỚNG: *10 - 15 phút*

-NGUYÊN LIỆU-

. *⅓ công thức bột Puff pastry*

(bột ngàn lớp không có men nở)

. *10 g bơ – mềm nhão*

. *15 - 20 g đường nâu*

. *¼ thìa café bột quế*

1. Cán bột thành hình chữ nhật dày 1 mm, chiều rộng 20 cm.

2. Quét bơ lên mặt bột (hình 1). Trộn đường nâu với bột quế, rắc lên mặt bột.

3. Xoay miếng bột sao cho chiều rộng (chiều 20 cm) nằm song song với cạnh bàn. Gấp hoặc cuộn hai mép bột ở hai bên lại, cho đến khi hai mép này gặp nhau ở chính giữa miếng bột (hình 2 - 3). Gấp bột lại, ta có thanh bột như trong hình 4.

4. Bọc kín bột, để vào ngăn mát tủ lạnh. Làm nóng lò nướng ở nhiệt độ 220°C (hai lửa). Chuẩn bị khay có lót giấy nến.

5. Khi lò gần đủ nóng, lấy bột ra khỏi tủ lạnh. Dùng dao sắc cắt thành miếng nhỏ có độ dày khoảng 0.8 cm (hình 5). Xếp các miếng bột vào khay nướng.

6. Nướng bánh ở 200-210°C trong 10 đến 12 phút. Khi bánh đã nở to và viền bánh chuyển màu vàng nhạt thì hạ lửa xuống 180°C, nướng đến khi bánh chín vàng (lưu ý theo dõi trong những phút cuối vì bánh có thể cháy sém nhanh). (Xem thêm các lưu ý về cách nướng bánh trong phần "bí quyết thành công").

- GHI CHÚ -

....

....

....

·CHOUX PASTRY·

- PÂTE À CHOUX -

Choux pastry, Pâte à Choux hay Éclair paste là tên gọi chung của loại bột để làm ra một trong những món bánh quen thuộc và được ưa chuộng nhất trên thế giới: bánh su kem. Cùng là pastry nhưng ngược lại với bột ngàn lớp, Choux pastry dễ làm hơn rất nhiều. Không đòi hỏi bất kỳ dụng cụ nào cầu kỳ và thời gian thao tác chắc chỉ độ dăm mười phút, Choux pastry là lựa chọn hàng đầu của tôi khi cần làm một món tráng miệng để đãi khách, hay đơn giản chỉ là thỏa mãn cái miệng đang thèm đồ ngọt của mình trong khi không có nhiều thời gian. Điểm tiện lợi nhất là từ công thức Choux pastry cơ bản có thể biến tấu ra rất nhiều loại bánh khác nhau như su kem loại tròn (Cream puff hay Choux à la Crème), bánh su dài (Éclair), Paris brest, Craquelin,... Cho nên dường như sẽ rất khó để có thể thấy nhàm chán với loại pastry này.

MỨC ĐỘ: *Dễ*

THỜI GIAN CHUẨN BỊ: *10 - 15 phút*

-NGUYÊN LIỆU-

. *60 g bơ*

. *120 g nước hoặc sữa*

. *½ thìa café đường*

. *1 nhúm muối nhỏ*

. *65 g bột mì đa dụng*

. *2 quả trứng gà*

1. Cho bơ, nước, đường và muối vào một cái nồi (chống dính tốt). Đun lửa vừa, vừa đun vừa quấy đều (hình 1).

2. Khi bơ tan chảy hết, các nguyên liệu hòa quyện và hỗn hợp sôi mạnh thì lập tức đổ bột vào nồi (hình 2 - 3). Quấy nhanh và mạnh tay, đến khi bột quyện lại thành một khối dẻo, róc khỏi thành nồi (hình 4), ở đáy nồi có bám một lớp bột mỏng thì bắc khỏi bếp.

Lưu ý:

- Khi nước vừa sôi mạnh thì đổ bột vào ngay, không để nước sôi lâu làm hơi nước bay mất nhiều.

- Nếu thao tác chậm, có thể bắc nồi ra khỏi bếp rồi mới cho bột, quấy đều rồi bắc nồi lên bếp tiếp tục đun ở lửa vừa.

- Nên dùng thìa gỗ hoặc vật dụng có cán cứng để quấy bột.

- Khi bột vừa róc khỏi thành nồi thì bắc khỏi bếp, không quấy bột quá lâu trên bếp, bơ có thể sẽ bị tách nước và chảy ra khỏi khối bột.

3. Sau khi bắc nồi khỏi bếp, quấy thêm 1 đến 2 phút cho hỗn hợp nguội bớt. Đánh tan nhẹ trứng, cho một nửa lượng trứng vào bột (hình 5). Quấy đều đến khi hỗn

hợp quyện lại và đặc. Khi mới cho trứng các bạn sẽ thấy bột dường như tách thành các miếng nhỏ và hỗn hợp khá lỏng (hình 6), nhưng càng quấy thì hỗn hợp sẽ càng đặc lại (hình 7). Cho phần trứng còn lại vào, tiếp tục quấy mạnh tay đến khi hỗn hợp đặc, mịn và bóng (hình 8).

Lưu ý:

- Trứng đánh tan nhẹ sẽ giúp hỗn hợp hòa quyện tốt hơn. Nếu làm nhiều (gấp 2, 3 lần công thức), có thể chia trứng thành nhiều phần nhỏ, đánh từng phần với bột đến khi hòa quyện mới cho phần tiếp theo.

- Tùy vào tình trạng của khối bột và trọng lượng của trứng mà các bạn có thể sẽ không cần dùng hết số trứng trong công thức. Cách tốt nhất là khi đã cho gần hết lượng trứng thì theo dõi độ đặc loãng của bột. Càng cho nhiều trứng, bột sẽ càng loãng hơn. Vì vậy chỉ cần trộn trứng đến khi nhấc thìa lên, bột rơi xuống theo kiểu đứt đoạn và tạo mảng bám vào thìa (hình 9). Bột như vậy là vừa chuẩn. Nếu bột quá đặc, khi nướng bánh sẽ nở kém và có thể đặc ruột. Nếu bột quá loãng, bánh có thể sẽ xẹp trong quá trình nướng.

- Nếu lỡ tay quấy bột quá loãng, các bạn có thể làm thêm một phần bột mới đặc hơn

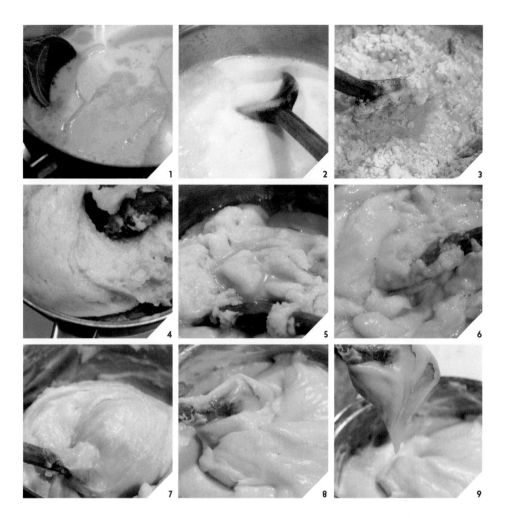

mức bình thường rồi trộn hai phần bột với nhau để trung hòa độ đặc loãng.

Đến bước này là các bạn đã hoàn thành xong Choux pastry rồi. Bột có thể sử dụng ngay hoặc cho vào túi hay hộp kín, để ngăn mát tủ lạnh và dùng trong 1 đến 2 ngày, hoặc để ngăn đá tủ lạnh và dùng trong khoảng hai tháng.

- G H I C H Ú -

....

....

....

1. Choux pastry nở nhờ đâu?

Mặc dù Choux pastry không có bột nở hay muối nở trong thành phần, nhưng khi cho vào lò nướng, bột có thể nở rất to, gấp 2 đến 3 lần so với ban đầu. Sở dĩ bột Choux có thể nở phồng to được như vậy là nhờ bên trong bột có rất nhiều nước. Nước này không chỉ từ phần nước hay sữa trong công thức, mà còn từ bơ và trứng (73% thành phần trứng là nước). Khi nướng bánh, phần nước này sôi lên tạo ra hơi nước, giúp vỏ bánh phồng lên. Đồng thời, protein có trong bột mì và trứng sẽ giúp hình thành lớp vỏ bên ngoài. Hai quá trình này diễn ra cùng lúc: hơi nước đẩy bột phồng lên và phần ngoài của vỏ bánh từ từ được hình thành và cứng lại nhờ nhiệt cao. Kết quả tạo ra chiếc bánh Choux có phần vỏ bên ngoài khá cứng và giòn (khi mới nướng xong, để một thời gian vỏ này sẽ mềm hơn) và phần ruột rỗng. Đôi khi ruột bánh có thể hơi ẩm một chút nhưng điều này hoàn toàn bình thường, không phải là vấn đề nghiêm trọng.

Như vậy, nếu muốn nở tốt, điều kiện quan trọng đầu tiên là bột Choux cần có đủ nước. Thiếu nước bánh sẽ nở kém vì luồng hơi nước yếu hoặc không đủ hơi nước đẩy vỏ bánh phồng lên. Nhưng quá nhiều nước cũng không tốt vì bánh sẽ nở rất nhanh, trong khi vỏ bánh chưa kịp cứng lại. Hậu quả là bánh sẽ xẹp trong lò. Ngoài ra, nếu có quá nhiều nước, phần ruột bánh sẽ rất ẩm và có thể sẽ không kịp khô trong khi vỏ bánh đã chín vàng và cứng lại. Kết quả là khi lấy ra khỏi lò, phần ruột ẩm này sẽ "kéo" bánh co lại, gây đặc ruột, xẹp bánh hoặc lõm đáy.

Bên cạnh việc đảm bảo đủ nước, một yêu cầu khác là nước cần phải được phân bố đều trong bột Choux. Như đã nói ở trên, hơi nước làm bánh nở không chỉ lấy từ phần nước có trong công thức mà còn từ bơ và trứng. Cho nên nếu bơ không được đun đến sôi, trứng không được đánh đến khi hòa quyện với bột thì rất có thể khi nướng một phần hơi nước sẽ thoát ra ngoài, làm cho bánh không nở được.

Cuối cùng, để bột Choux nở thì nhiệt độ nướng phải đủ cao để có thể làm cho nước bốc hơi, tạo ra luồng khí đẩy vỏ bánh phồng lên (giúp bánh nở). Nếu nhiệt không đủ cao thì có thể chỉ có bơ chảy ra, trong khi bột bánh không nở được, và chúng ta sẽ có món bột bánh Choux rán.

2. Thất bại thường gặp với bánh làm từ Choux pastry – Nguyên nhân:

Các thất bại thường gặp nhất với các loại bánh làm từ Choux pastry là:

– Bánh không nở được. Đôi khi sẽ thấy có rất nhiều bơ chảy ra ngoài và bánh dẹp lép thành món bột bánh Choux rán.

– Bánh xẹp sau khi lấy ra khỏi lò. Ruột bánh đặc, ướt hoặc bết. Đôi khi bánh không xẹp nhưng đáy bánh bị lõm.

– Hỏng trong quá trình trộn bột: trộn bơ với nước mãi mà không thấy quyện lại, bột quá đặc hoặc quá lỏng, không thể bắt thành hình...

Nguyên nhân đầu tiên với tất cả các trường hợp kể trên là có sai sót trong công thức, ví dụ: tỉ lệ bột và nước không phù hợp. Ngoài ra, có thể do cân đong nguyên liệu sai, dùng trứng quá nhỏ, quá to hoặc thừa trứng.

Nguyên nhân tiếp theo liên quan đến phần giải thích trong mục (1): thiếu nước, nhiệt độ nướng chưa đạt, lấy bánh ra khỏi lò quá sớm...

3. Những điểm cần lưu ý để tránh thất bại với Choux pastry:
• **Chuẩn bị nguyên liệu:**

– Rây mịn bột mì. Dùng loại bột mì có hàm lượng protein cao sẽ tốt hơn. Ví dụ: nên dùng bột mì đa dụng (protein 11%) thay vì dùng bột cake flour (protein 8%). Bột mì có hàm lượng protein thấp sẽ làm cho vỏ bánh yếu, kết cấu không vững vàng, dễ bị xẹp.

– Dùng trứng đúng trọng lượng (khoảng từ 60 - 65 g/quả cả vỏ). Trứng quá nhỏ sẽ làm giảm lượng nước có trong bột làm cho bánh nở kém hoặc không nở được. Trứng quá to có thể sẽ làm cho bột quá loãng, ruột bánh quá ẩm, hậu quả sẽ như giải thích ở mục (1).

• **Đun nước và bơ đến khi sôi mạnh và hòa quyện:**

– Tốt nhất là nên dùng nước nóng, cho

bơ vào, quấy cho bơ tan bớt rồi mới đun trên bếp cho sôi bùng lên. Việc này giúp bơ tan chảy trong nước, các nguyên liệu hòa quyện và sôi nhanh hơn, vừa hạn chế hơi nước bay hơi quá nhiều, vừa giúp trộn bột và trứng dễ dàng hơn.

• Cho trứng vào bột và đánh đến khi hòa quyện:

– Không cho trứng vào khi bột còn quá nóng làm trứng chín một phần (làm giảm lượng nước trong bột).

• Nướng bánh:

– Nhiệt độ phải đủ cao để tạo ra hơi nước giúp bánh nở. Với bột Choux nói chung, nên làm nóng lò ở khoảng 210 - 220°C. Nướng bánh trong khoảng 200 - 220°C trong thời gian đầu để đảm bảo nước

bay hơi giúp bánh nở tốt. Khi bánh đã nở to rồi, có thể hạ nhiệt dần dần, đầu tiên xuống 190°C, nướng đến khi bánh hanh vàng thì hạ tiếp xuống 170 - 180°C. Việc nướng ở nhiệt độ thấp trong thời gian cuối sẽ giúp vỏ bánh không bị vàng hoặc cháy nhanh, đảm bảo đủ thời gian cho nhân bánh khô ráo hẳn. Tùy theo mỗi lò mà nhiệt độ này có thể xê dịch một chút, nhưng nguyên tắc chung là bắt đầu nướng với nhiệt độ cao thì không thay đổi.

– Không được mở cửa lò trong quá trình nướng. Nhiệt độ thay đổi đột ngột sẽ làm bánh xẹp. Để chắc chắn thì các bạn nên đợi đến khi các hạt bơ trên vỏ bánh biến mất, nhìn vỏ bánh khô, đây là một dấu hiệu của bánh chín.

Trong nhiều năm, bánh su kem đã từng là cả một điều kỳ diệu với tôi. Kỳ diệu từ lớp vỏ mỏng, mềm và thơm đến lớp nhân mịn, béo ngậy và ngọt mát. Với su kem thì có lẽ chẳng bao giờ là đủ, chẳng bao giờ thấy chán, bởi cái vị kem trứng thơm mềm hòa với vỏ bánh tan trong miệng luôn hấp dẫn đến mức nhón một cái rồi lại muốn thêm cái nữa, và (nhiều) cái nữa.

Tuyệt vời như vậy, nhưng lại rất dễ làm. Chỉ cần làm đúng theo chỉ dẫn, khả năng thành công với loại bánh này của bạn có thể lên đến 98 - 99%.

MỨC ĐỘ: *Dễ*

THỜI GIAN CHUẨN BỊ: *5 - 10 phút*

THỜI GIAN NƯỚNG: *25 - 35 phút tùy kích cỡ bánh*

SỐ LƯỢNG: *20 bánh su tròn nhỏ hoặc 10 bánh su dài*

-NGUYÊN LIỆU-

A. PHẦN VỎ BÁNH:

. *1 công thức Choux pastry*

B. PHẦN NHÂN KEM TRỨNG (BASIC PASTRY CREAM):

. *2 lòng đỏ trứng (18 - 20 g/ lòng đỏ)*

. *35 - 40 g đường (theo khẩu vị)*

. *20 g bột ngô*

. *200 g sữa*

. *10 g bơ*

. *½ thìa café va-ni chiết xuất*

. *một nhúm muối nhỏ*

A. Phần vỏ bánh:

1. Chuẩn bị khay nướng có lót giấy nướng bánh. Cho bột vào túi ni lông bắt kem, cắt đầu túi khoảng 1 cm, bắt bột thành các hình tròn lên khay (hình 1). Sau khi bắt xong hết bột, nhúng đầu ngón tay vào nước (để chống dính) rồi ấn xẹp chóp nhọn hoặc sửa lại cho bột tròn trịa hơn (hình 2 - 3).

Các bạn cũng có thể sử dụng đui sò (mở hoặc khép) để bắt bột thành các hình búp hoa (hình 4). Hoặc bắt bột thành dải dài khoảng 8 cm nếu muốn làm Éclair (bánh su dài) (hình 5).

Lưu ý: Bánh sẽ nở gấp 2 đến 3 lần nên cần chừa khoảng cách rộng giữa các bánh để khi nở bánh không dính vào nhau.

2. Làm nóng lò trước khi nướng 10 đến 15 phút ở nhiệt độ 210 - 220°C. Nướng bánh ở nhiệt độ 200 - 220°C trong khoảng 10 đến 15 phút đầu rồi hạ nhiệt xuống 180 - 190°C, nướng thêm 10 đến 15 phút, đến khi bánh chín hẳn (hình 6). Trong quá trình nướng không mở cửa lò (xem thêm hướng dẫn cách nướng bánh trong phần "bí quyết thành công" của Choux pastry).

3. Bánh chín lấy ra khỏi lò, để nguội hoàn toàn trên giá hoặc khay có rãnh/lỗ. Vỏ bánh đạt là vỏ bánh nở đẹp, ruột rỗng, vỏ vàng đều, thơm. Khi lấy ra khỏi lò vỏ bánh sẽ hơi cứng và giòn một chút, nhưng để một lúc vỏ bánh sẽ mềm hơn. Nếu muốn vỏ bánh cứng giòn, sau khi nướng xong có thể tắt lò và để bánh trong lò thêm khoảng 10 đến 15 phút.

B. Phần nhân kem trứng:

1. Đánh lòng đỏ trứng với đường đến khi lòng đỏ bông đặc, chuyển sang màu vàng nhạt (hình 7 - 8).

2. Rây bột ngô vào âu, trộn đều với trứng đường (hình 9).

3. Đun sữa nóng ấm. Từ từ đổ sữa vào âu trứng bột, vừa đổ vừa quấy đều tay (đổ liên tục đến khi hết sữa).

4. Lọc hỗn hợp qua rây, cho vào nồi. Để lửa nhỏ, quấy đều, lưu ý vét thành và đáy nồi. Khi hỗn hợp bắt đầu đặc sệt lại thì bắc ra khỏi bếp. Cho bơ, va-ni và muối. Quấy đến khi hỗn hợp đặc sệt thành kem (hình 10).

Lưu ý: Kem trứng sẽ tiếp tục đặc hơn trong quá trình nguội nên chỉ quấy hỗn hợp đặc vừa phải, tránh để hỗn hợp trở nên

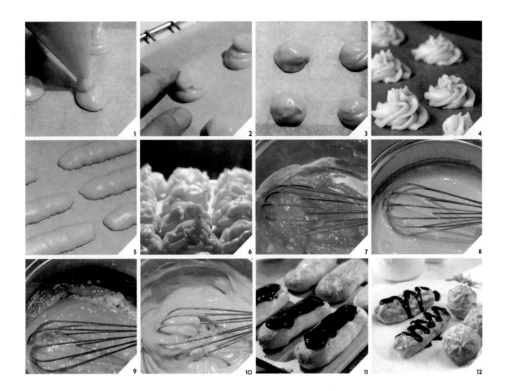

quá đặc khi nguội hoàn toàn.

Một công thức làm được khoảng 270 - 280 gram kem trứng.

C. Hoàn thành:

Khi vỏ bánh và kem đều đã nguội, dùng dao nhọn rạch một đường quanh bụng bánh, dùng thìa nhỏ xúc kem cho vào bánh. Hoặc có thể cho phần nhân vào túi bắt kem, dùng đui đầu tròn nhỏ để bơm nhân vào bánh (từ dưới đế hoặc bên hông bánh). Với bánh su dài, có thể làm thêm phần ganache sô-cô-la để phủ trên bánh (hình 11 - 12) (tham khảo cách làm ganache sô-cô-la trong công thức bánh Sacher Torte ở chương 4). Bánh có thể bảo quản trong hộp hoặc túi kín, để ngăn mát tủ lạnh và dùng trong 2 đến 3 ngày. Hoặc bảo quản trong ngăn đá và dùng trong khoảng 2 tháng.

- GHI CHÚ -

....

....

CRAQUELIN

- CRAQUELIN -

K hoác thêm một tấm áo giòn tan, món bánh su quen thuộc bỗng trở nên mới lạ và hấp dẫn hơn bao giờ hết. Lớp phủ bánh Craquelin làm tôi liên tưởng tới phần phủ của món Papparoti, nhưng Craquelin có phần tiết kiệm thời gian hơn bởi trong một lần có thể làm nhiều rồi để đông lạnh. Khi cần đến có thể lấy thẳng từ tủ đá ra để dùng mà không cần rã đông.

MỨC ĐỘ: *Dễ*
THỜI GIAN CHUẨN BỊ: *15 - 20 phút*
THỜI GIAN NƯỚNG: *25 - 35 phút tùy kích cỡ bánh*
SỐ LƯỢNG: *15 - 20 bánh su tùy kích cỡ*

- NGUYÊN LIỆU -

A. PHẦN PHỦ BÁNH:

. *80 g bơ – rất mềm*

. *100 g đường nâu*

. *100 g bột làm bánh ngọt*

B. PHẦN VỎ BÁNH:

. *1 công thức Choux pastry*

C. NHÂN BÁNH:

. *½ công thức nhân kem trứng*

(trong bài "Bánh su kem")

. *130 g kem tươi*

. *20 g đường*

A. Phần phủ bánh:

1. Lấy bơ ra khỏi tủ lạnh, để khoảng 10 đến 15 phút cho bơ bớt lạnh.

2. Cho bơ và đường vào máy xay, xay khoảng 30 - 60 giây, đến khi bơ và đường tương đối hòa quyện (hình 1 - 2).

3. Cho bột vào máy xay, xay thêm 30 đến 60 giây nữa, đến khi các nguyên liệu hòa quyện (hình 3 - 4). Lấy ra, dùng tay nhồi hỗn hợp thành một khối dẻo mịn.

4. Cán bột vừa trộn thành miếng mỏng khoảng 1 mm. Có thể đặt miếng bột giữa hai tờ giấy nến rồi cán (hình 5). Để bột vào tủ lạnh khoảng 15 phút cho bột cứng lại.

5. Chuẩn bị khuôn cắt tròn hoặc vật tròn có cạnh sắc, đường kính 2 cm (nếu làm bánh su cỡ vừa) hoặc 3 - 3.5 cm (nếu làm bánh su cỡ to).

6. Khi bột đã lạnh và tương đối cứng, có thể cắt dễ dàng thì dùng khuôn cắt bột thành các miếng tròn nhỏ (hình 6 - 7 - 8). Bột thừa có thể nhào lại, cán và cắt tiếp.

7. Khi đã cắt xong hết bột. Chuẩn bị một số miếng giấy nến nhỏ. Đặt bột lên một miếng giấy nến rồi đặt một miếng giấy

khác lên trên bột (hình 9 - 10). Tiếp tục đặt bột - giấy xen kẽ nhau như vậy, ta sẽ có một chồng nhiều viên bột được ngăn cách bởi các lớp giấy nến. Bọc kín cả chồng bột. Để vào ngăn đá tủ lạnh trong khoảng 2 giờ, đến khi bột cứng hoàn toàn.

Lưu ý:

- Có thể chuẩn bị nhiều bột một lúc rồi trữ đông. Khi làm có thể lấy ra dùng ngay.
- Có thể thêm các loại hương liệu hoặc bột ca cao, bột trà xanh... để làm các lớp phủ bánh với mùi vị khác nhau. Bánh trong hình gồm ba vị: va-ni, quế và sô-cô-la. Nếu dùng hương liệu dạng lỏng thì cho vào xay cùng bơ và đường. Nếu dùng hương liệu dạng bột thì rây với bột mì, trộn đều rồi xay cùng bơ đường.

B. Nướng và hoàn thiện bánh:

1. Chuẩn bị vỏ bánh theo công thức Choux pastry.

2. Làm nóng lò ở nhiệt độ 210 - 220°C (hai lửa). Chuẩn bị khay nướng có lót giấy nến.

3. Bắt bột lên khay nướng (kiểu khối tròn). Nên bắt bột sao cho đường kính của phần để viên bột bằng với đường kính của phần phủ bánh.

4. Ngay trước khi đưa bánh vào lò nướng, lấy các miếng phủ bánh ra khỏi ngăn đá, đặt lên trên các viên vỏ bột (hình 11 - 12).

5. Nướng bánh ở nhiệt độ 200 - 220°C trong khoảng 10 đến 15 phút đầu rồi hạ nhiệt xuống 180 - 190°C, nướng thêm 10 đến 15 phút, đến khi bánh chín hẳn. Trong quá trình nướng không mở cửa lò (xem thêm hướng dẫn cách nướng bánh trong phần "bí quyết thành công" của Choux pastry). Bột phủ bánh sẽ mềm dần và phủ đều lên bánh trong lò trong quá trình nướng (hình 13 - 14 - 15).

6. Bánh chín lấy khỏi lò, để nguội hẳn trên rack.

7. Nhân bánh:
- Chuẩn bị phần nhân kem trứng theo công thức trong bài "Bánh su kem". Để nguội.
- Đánh kem tươi với đường đến gần bông cứng. Nhẹ nhàng trộn đều phần kem tươi này với kem trứng đã nguội. Cho nhân bánh vào túi bắt kem có lồng đui đầu tròn nhỏ.

8. Khi vỏ bánh nguội hẳn, chọc một lỗ nhỏ ở để hoặc cạnh bên của bánh để phun nhân vào bên trong. Dùng bánh trong ngày (để qua đêm phần phủ bánh sẽ không giòn nữa).

- GHI CHÚ -

- CHƯƠNG 3 -

- BÁNH QUY -

-CHƯƠNG 3-

-BÁNH QUY & KẸO-

BÁNH QUY DỪA
HẠNH NHÂN
·TRUFFLE·

·JAM FILLING COOKIES·
MELTING MOMENTS

CHEESECAKE
BROWNIE

1
9
3
8

SHORT
·BREAD
COOKIES

·LANGUES DE CHAT·
LƯỠI MÈO

cookies

Graves Wakefield
·CHOCOLATE CHIP·

Trong số các loại bánh nói chung, bánh quy có lẽ là món giản dị nhất. Hiếm thấy công thức bánh quy nào đòi hỏi nhiều nguyên liệu cầu kỳ. Thời gian chế biến cũng thường chỉ đôi chục phút. Khả năng thất bại lại rất thấp. Có lẽ bởi vậy mà sự chú ý của tôi dành cho bánh quy không nhiều bằng các loại bánh khác. Nhưng ngẫm kỹ, chính thứ bánh nhỏ xinh giản dị này lại đem đến cho tôi thật nhiều cảm xúc và ký ức đẹp.

Chẳng hạn cảm giác ấm áp vào mỗi dịp cuối năm, khi bánh quy bơ giòn xốp, bánh quy dừa thơm bùi, bánh quy quả khô ngọt dẻo... ngào ngạt ra lò rồi được gói thành những túi quà nhỏ xinh tặng bạn bè và đồng nghiệp. Hay khi háo hức mua thử những chiếc bánh quy to gần bằng bàn tay người lớn, đủ mùi vị trong một khu chợ ẩm thực ở Philadelphia, rồi vừa nhẩn nha nhấm nháp bánh, vừa cố nghĩ ngợi suy đoán xem người ta đã dùng nguyên liệu gì, phương pháp nào để cho ra được những chiếc bánh quy ngon đến thế. Lại có khi cẩn thận gói những chiếc bánh quy vừa mới nướng trong nhiều lớp ni lông và giấy báo để sau chặng đường dài hàng nghìn cây số, về tới tay ông bà, bố mẹ ở Việt Nam, bánh vẫn còn *vẹn nguyên hương vị...*

Nếu như với những loại bánh khó, niềm vui thường đến cùng cảm giác tự hào và mãn nguyện vì đã chinh phục được thêm một món bánh phức tạp, thì những cảm xúc về bánh quy lại thường gắn với một vài người, một vài địa điểm hay một vài câu chuyện. Đa phần đều đơn giản và nhẹ nhàng, đôi khi chỉ là một vài khoảnh khắc nhỏ trong cuộc sống thường nhật nhưng lại có sức đọng bền lâu trong ký ức.

Nếu có một ngày u ám và mọi thứ dường như đều hỏng bét cả, thì tôi biết vẫn còn một thứ mà chắc chắn mình sẽ làm tốt. Đó là một mẻ bánh quy vàng ươm giòn xốp cho cả căn bếp thơm ngọt ngào. Thêm một bình trà thảo mộc, thế là đủ để cuộn mình trong chăn ấm, thả cho những bất an, buồn phiền trong lòng mịn tan theo miếng bánh trên đầu lưỡi, và trong lòng thầm biết rằng, rồi mọi chuyện sẽ ổn thỏa cả thôi.

Đa phần các phương pháp để làm bánh quy là phương pháp chính để làm bánh ngọt – mà tôi đã giới thiệu trong tập đầu của *Nhật ký học làm bánh*, như phương pháp Muffin, Creaming, Sponge hay Chiffon. Tuy vậy, so với làm bánh ngọt thì việc làm bánh quy thường nhanh và đơn giản, cũng ít lưu ý hơn. Trong phần này, tôi xin chia sẻ một vài kinh nghiệm chính trong việc chọn và sử dụng nguyên liệu để làm bánh quy, các dụng cụ cần thiết, thao tác nướng và bảo quản bánh. Riêng về cách trộn bột và cách tạo hình thì trong mỗi công thức sẽ có chỉ dẫn cụ thể, dành riêng cho từng loại bánh.

- NGUYÊN LIỆU -

Phần lớn các loại bánh quy không đòi hỏi nhiều loại nguyên liệu cầu kỳ hay phức tạp. Bột mì không nhất thiết phải là bột làm bánh ngọt mà chỉ cần bột mì đa dụng cũng đủ. Tuy nhiên, không nên dùng bột làm bánh mì (bột có hàm lượng protein cao hơn 11%) vì có thể sẽ làm bánh khô cứng.

Với rất nhiều loại bánh quy, bơ là một thành phần quan trọng, chiếm tỉ lệ lớn. Bởi vậy, mùi vị và chất lượng của bơ có ảnh hưởng khá nhiều đến mùi vị và chất lượng của bánh. Bơ càng ngon thì bánh càng thơm

ngon. Vì lý do này mà tôi thường dùng bơ động vật để làm bánh quy thay vì các loại bơ thực vật (magarine) hay shortening. Mặc dù bơ thực vật và shortening có giá thành rẻ hơn và thường giúp bánh giữ hình dáng tốt hơn, nhưng về hương vị, không loại nào có thể so sánh được với bơ động vật. Đặc biệt, chỉ các loại bánh làm từ bơ khi bỏ vào miệng sẽ tan trong miệng. Bơ có thể có muối hoặc không có muối nhưng dùng loại không có muối sẽ tiện cho người làm trong việc điều chỉnh mùi vị của bánh hơn.

Thông thường thì các công thức bánh quy không yêu cầu đánh bông bơ kỹ hoặc trộn bột lâu, vì vậy nên sử dụng đường hạt mịn để đường dễ tan và hòa quyện với các nguyên liệu khác hơn. Nếu không mua được đường hạt mịn, cách đơn giản là xay đường hạt to để có hạt nhỏ mịn hơn.

- DỤNG CỤ -

Có thể nướng bánh quy trên khay nướng hoặc tấm nướng silicon đặt trên rack. Nếu là khay thì nên dùng khay rời và sáng màu. Không nên dùng các khay sẫm màu, đặc biệt là khay đi kèm lò. Các khay sẫm màu đi kèm lò có phần thành khay tiếp xúc trực tiếp với thành lò nên nhiệt truyền vào khay sẽ cao hơn. Vì bánh quy thường được nướng ở nhiệt độ cao trong thời gian ngắn nên nếu dùng những khay này để nướng, để và diềm bánh sẽ dễ bị cháy.

Để chống dính cho khay, cách đơn giản nhất là lót giấy nến (lưu ý là giấy nến khác với giấy bạc và không thể dùng thay thế trong trường hợp này). Hoặc cũng có thể chống dính bằng cách quét một lớp mỏng bơ lên lòng khay rồi phủ một lớp bột mỏng lên trên. Tuy nhiên dùng giấy nến thường sạch sẽ và có hiệu quả cao hơn.

Ngoài các dụng cụ chính nêu trên, khi làm bánh quy có thể các bạn sẽ cần đến khuôn cắt bánh quy, túi ni lông loại dùng để đựng kem trang trí và dui bắt kem. Nhưng không bắt buộc vì nhìn chung hầu hết các loại bánh quy đều có thể tạo hình và nướng ở dạng "tự do" mà không cần đến khuôn hay dụng cụ nào hỗ trợ.

- N Ư Ớ N G   V À   B Ả O   Q U Ả N -

Hầu hết các loại bánh quy đều được nướng ở nhiệt độ cao trong thời gian ngắn. Lưu ý rằng các lò nướng gia đình có thể có nhiệt độ trong lò khác với nhiệt độ điều chỉnh bên ngoài. Vì vậy cần nắm được đặc điểm của lò để điều chỉnh nhiệt độ và thời gian nướng cho phù hợp (các bạn có thể tham khảo bài viết về lò nướng trong tập 1 của *Nhật ký học làm bánh*). Ngoài ra, do nướng ở nhiệt độ cao nên ở những phút cuối cần theo dõi, tránh để bánh nướng quá lâu sẽ dễ bị cháy. Với các loại bánh nhỏ như bánh quy, kích cỡ của bánh trên khay cần đồng đều, tránh

việc bánh nhỏ sẽ chín và cháy nhanh trong khi những chiếc bánh to chưa kịp chín hoàn toàn.

Rất nhiều lò nướng của gia đình có nhiệt độ nướng không đều. Ví dụ nhiệt ở một góc có thể cao hơn các góc khác. Vì vậy, sau khoảng một nửa hoặc 2/3 thời gian nướng, nên quay ngược khay nướng (phần ở trong quay ra ngoài) để bánh được nướng đều. Ngoài ra, không nên nướng nhiều khay trong một lần vì có thể bánh sẽ chín không đều do nhiệt phân bố không đều giữa các khay.

Sau khi nướng xong, bánh thường rất mềm, nên lấy khay ra khỏi lò và để bánh trên khay nướng trong khoảng 5 phút cho bánh cứng lại rồi mới chuyển bánh lên khay hoặc giá có lỗ/khe hở để bánh nguội hẳn.

Trong trường hợp khay nướng được chống dính bằng bơ hoặc bột thay vì giấy nến hay tấm silicon thì cần lấy bánh ra khỏi khay khi bánh còn ấm nóng, nếu không khi nguội bánh sẽ dính vào khay.

Bánh quy nếu đã nướng đủ chín giòn thì có thể bảo quản trong túi hoặc hộp đậy kín (nên có thêm túi hút ẩm) trong khoảng 2 đến 3 tuần. Nếu bánh bị dai hoặc iu, có thể cho bánh lên khay, làm nóng lò ở nhiệt độ 100 - 110°C rồi nướng bánh ở nhiệt độ này trong khoảng 5 đến 10 phút. Việc nướng bánh ở nhiệt độ thấp như vậy là một cách để sấy bánh, giúp cho hơi ẩm trong bánh bay bớt khiến bánh giòn trở lại. Tuy nhiên không nên lạm dụng việc này vì nếu làm quá nhiều bánh có thể sẽ rất khô và cứng.

CÁC VẤN ĐỀ THƯỜNG GẶP
- VỚI BÁNH QUY -

HIỆN TƯỢNG	NGUYÊN NHÂN
Bánh quá cứng	- Bột có hàm lượng protein quá cao hoặc dùng nhiều bột hơn cần thiết - Thiếu chất lỏng hoặc chất béo trong bột bánh - Trộn bột quá kỹ - Nướng quá lâu (ở nhiệt độ thấp)
Bánh quá mềm, dai hoặc iu bên trong	- Nướng ở nhiệt độ và thời gian chưa phù hợp, bánh chưa chín hẳn - Tạo hình bánh quá "dày" làm cho phần giữa của bánh chín chậm hơn so với phần diềm bánh.
Bánh quá khô	- Thiếu chất lỏng hoặc chất béo trong bột bánh - Nướng bánh quá lâu ở nhiệt độ thấp - Quá nhiều bột
Bánh có màu quá nhạt	- Nhiệt độ nướng quá thấp - Bánh chưa chín hẳn, cần tăng nhiệt độ hoặc thời gian nướng - Thiếu đường trong bột bánh
Bánh có màu quá sậm	- Nhiệt độ nướng quá cao hoặc thời gian nướng quá dài - Nướng bánh trong khay sẫm màu hoặc quá gần với lửa trên - Trong bánh có nhiều đường

HIỆN TƯỢNG	NGUYÊN NHÂN
Bánh chảy dàn quá nhanh	- Nhiệt độ nướng quá thấp - Lượng bột mì hơi ít - Quá nhiều đường hoặc bột nở/muối nở - Quá nhiều chất lỏng - Khay nướng được chống dính quá kỹ
Bánh không chảy dàn như mong muốn	- Nhiệt độ nướng quá cao - Quá nhiều bột hoặc bột có hàm lượng protein cao - Thiếu đường hoặc bột nở/muối nở - Thiếu chất lỏng - Chống dính khay nướng chưa tốt
Bánh có vị mặn hoặc đắng	- Dùng quá nhiều muối nở/bột nở - Rây và trộn bột nở/muối nở chưa đều
Bánh quá xốp giòn và dễ vỡ	- Đánh bông bơ quá nhiều - Thiếu bột hoặc bột có hàm lượng protein thấp - Dùng quá nhiều bột ngô
Mặt bánh nứt nẻ	- Nhiệt độ nướng quá cao hoặc bánh gần với lửa trên

- BÁNH QUY DỪA HẠNH NHÂN -

- ALMOND COCONUT COOKIES -

Là một trong những chiếc bánh quy đầu tay của tôi, đây cũng là món bánh quy được rất nhiều bạn đọc của Savoury Days yêu mến. Ngay cả đến giờ, khi tại blog đã có thêm nhiều công thức bánh quy mới thì đây vẫn là món được nhiều bạn ưu ái chọn làm trong những dịp đặc biệt như lễ Tết. Bánh rất dễ làm, hầu như không thể hỏng. Nhờ có thêm dừa trong thành phần mà bánh rất giòn và xốp với mùi thơm đặc biệt quyến rũ. Nếu dùng làm quà tặng, chắc chắn món quà này sẽ gây ấn tượng với người nhận bởi chỉ cần mở hộp bánh ra là đã có thể cảm nhận được vị ngon của bánh rồi.

MỨC ĐỘ: *Dễ*

THỜI GIAN THAO TÁC: *10 - 15 phút*

THỜI GIAN ĐỢI: *30 - 60 phút*

THỜI GIAN NƯỚNG: *12 - 15 phút*

SỐ LƯỢNG: *30 - 35 chiếc*

- NGUYÊN LIỆU -

. 150 g bột mì đa dụng

. ½ thìa café muối nở
  (baking soda)

. ¼ thìa café muối

. 100 g dừa sấy khô

. 120 g bơ

. 60 g đường trắng

. 70 g đường nâu

. 1 quả trứng gà

. hạnh nhân lát

BÁNH QUY DỪA HẠNH NHÂN

- CÁCH LÀM -

1. Rây bột mì, muối nở, muối vào âu. Trộn đều. Cho 60 gram dừa vào âu, trộn đều cùng bột (hình 1) (phần 40 gram còn lại để trộn vào sau cùng).

2. Cho bơ, đường trắng, đường nâu vào một âu khác. Đánh đến khi bơ đường hòa quyện, mịn mượt (hình 2). Bơ không cần bông xốp như khi đánh bông để làm bánh bông lan bơ. Dùng phới vét bơ bám ở thành âu.

3. Cho trứng vào âu bơ. Đặt máy ở tốc độ thấp, đánh cho hòa quyện (hình 3). Dùng phới vét thành và đáy âu.

4. Chia hỗn hợp bột và dừa ở bước (1) làm 2 đến 3 phần. Cho từng phần vào âu. Đánh đều sau mỗi lần thêm bột (hình 4 - 5).

* Dừa sấy khô có độ hút ẩm khác nhau, nên có thể bạn sẽ không dùng hết cả 100 gram dừa trong công thức. Vì lý do này mà ở bước (1) chúng ta chỉ dùng 60 gram dừa. Sau khi đã trộn hết số bột và dừa này với bơ trứng, nếu cảm thấy hỗn hợp bột vẫn còn nhão thì bạn cho thêm dừa và trộn đến khi bột bớt nhão, chỉ còn hơi ướt và có thể dễ dàng nặn thành viên là được.

5. Bọc kín âu bột, để vào tủ lạnh khoảng 30 đến 60 phút cho bột cứng hơn (để nặn thành hình).

6. Làm nóng lò nướng ở 175°C (hai lửa). Chuẩn bị khay nướng, lót giấy nướng bánh lên khay.

7. Lấy bột từ tủ lạnh ra, nặn thành các viên tròn nhỏ, mỗi viên nặng khoảng 15 gram. Đặt các viên bột lên khay, cách nhau 3 đến 5 cm để khi nướng bột chảy dàn ra sẽ không bị dính vào nhau. Gắn hạnh nhân lát lên các viên bánh (hình 6).

8. Đặt khay nướng ở rãnh giữa của lò nướng. Nướng ở nhiệt độ 170 - 175°C trong 15 phút hoặc đến khi bánh chín vàng đều. Sau khi bánh chín thì tắt lò, để bánh thêm trong lò khoảng 2 phút cho bánh giòn hơn.

9. Lấy bánh ra khỏi lò. Để bánh trên khay khoảng 3 phút cho bánh cứng lại rồi để bánh nguội hoàn toàn trên khay hoặc giá có lỗ/khe hở. Bảo quản bánh trong lọ hoặc hộp kín (nên có thêm túi hút ẩm). Dùng trong 2 đến 3 tuần.

- GHI CHÚ -

....

....

....

BÁNH QUY BƠ NHÂN MỨT

- SHORTBREAD COOKIES WITH JAM FILLING -

Shortbread cookie có lẽ là một trong những loại bánh quy bơ cổ điển và truyền thống nhất. Chữ "short" trong tên gọi của bánh quy xuất phát từ "shortening" (chất béo nói chung), để chỉ việc chất béo là thành phần chính và quan trọng trong loại bánh này. Bánh quy bơ loại đơn giản nhất chỉ có vị va-ni, nhưng các bạn hoàn toàn có thể thêm bột trà xanh hay bột ca cao để có bánh quy bơ với những vị mới. Hoặc cũng có thể nhúng bánh quy vào sô-cô-la lỏng rồi để nguội, hay kẹp các loại nhân mứt quả chua ngọt như trong công thức này.

MỨC ĐỘ: *Dễ*

THỜI GIAN THAO TÁC: *15 - 20 phút*

THỜI GIAN ĐỢI: *1.5 - 2 giờ*

THỜI GIAN NƯỚNG: *10 - 12 phút*

SỐ LƯỢNG: *24 - 30 cái tùy kích thước khuôn cắt*

-NGUYÊN LIỆU-

- . *200 g bơ*
- . *300 g bột làm bánh ngọt hoặc bột mì đa dụng*
- . *120 g đường*
- . *1/8 thìa café muối nở (baking soda) - không bắt buộc*
- . *2 lòng đỏ trứng (18 - 20 g/lòng đỏ)*
- . *1/2 thìa café va-ni chiết xuất*

1. Đun chảy bơ rồi để nguội cho bơ sệt và hơi nhão (hình 1).

2. Rây bột, đường và muối nở (nếu dùng) vào một âu khác. Trộn đều.

Lưu ý: Không bắt buộc phải có muối nở. Bánh có muối nở sẽ xốp hơn một chút và khi nướng sẽ phồng nhiều hơn so với bánh không có muối nở (tuy vậy, khi lấy ra khỏi lò và để nguội thì mặt bánh vẫn phẳng mịn).

3. Khi bơ đã chuyển sang dạng nhão, cho khoảng một nửa lượng bột đường vào. Dùng phới trộn đều (hình 2). Cho phần bột còn lại vào, trộn đều. Bột sẽ bám vào bơ tạo thành các vụn bơ-bột.

4. Cho lòng đỏ trứng và va-ni vào âu. Trộn đều rồi dùng tay nhồi (hình 3). Ta sẽ có một hỗn hợp bột mịn dẻo như trong hình 4.

5. Cán bột mỏng khoảng 3 mm. Nếu bột hơi nhão và ướt (thường là do nhiệt độ phòng nóng ẩm) thì có thể để bột vào tủ lạnh khoảng 15 phút cho bột cứng và dễ cán hơn.

Về cách cán bột: Tôi thường đặt bột lên một tờ giấy nến. Dùng lòng bàn tay ấn cho khối bột mỏng hơn (hình 5), sau đó đặt một tờ giấy nến khác lên trên rồi cán bột qua lớp giấy này (hình 6 - 7). Cách cán này rất sạch sẽ, tránh phải dùng bột áo để chống dính cho cây cán bột. Bánh vì vậy sẽ có lớp mặt phẳng mịn hơn.

6. Sau khi cán bột xong, để bột vào tủ lạnh khoảng 15 phút để bột cứng lại, sẽ dễ cắt hơn.

7. Dùng khuôn cắt bánh quy, cắt bột thành hình tròn hoặc tùy thích (hình 8 - 9). Sau khi đã cắt xong, gỡ bỏ phần bột thừa bao ngoài rồi nhẹ nhàng chuyển bánh lên khay nướng có lót giấy nến. Phần bột còn lại có thể nhồi lại, tiếp tục cán và cắt đến hết.

* Nếu không có khuôn cắt bánh quy, các bạn có thể lăn bột thành hình trụ tròn rồi dùng dao sắc cắt thành các miếng bánh tròn đều nhau.

8. Đậy một tờ giấy nến lên trên phần bột vừa cắt (hình 10). Để cả khay bánh vào tủ lạnh tối thiểu 1.5 đến 2 giờ, đến khi bánh cứng hoàn toàn.

Lưu ý: Việc để lạnh này là cần thiết để bánh giữ được hình dạng khi nướng. Nếu bánh không đủ lạnh, khi nướng bơ sẽ chảy nhanh khiến bánh dễ mất hình dáng.

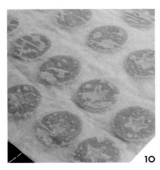  

10   11   12

9. Làm nóng lò trước khi nướng 15 phút, nhiệt độ 200°C, hai lửa.

10. Khi lò đủ nóng thì đưa bánh vào nướng. Hạ nhiệt độ xuống 190°C, nướng bánh trong khoảng 5 đến 7 phút, khi mặt bánh bắt đầu se lại thì quay ngược khay nướng (để bánh chín vàng đều). Hạ nhiệt xuống 175°C, nướng thêm 5 đến 6 phút nữa.

* Để bánh giữ được hình dạng thì các bạn nên nướng ở mức nhiệt cao. Nhiệt cao sẽ giúp phần ngoài bánh khô và cứng lại nhanh, khiến bánh giữ được phom. Mặc dù vậy, không nên nướng ở mức nhiệt cao trong thời gian quá lâu vì có thể sẽ làm cho phần rìa bánh chuyển nâu vàng nhanh trong khi phần chính giữa bánh chưa kịp chín (vì lý do này mà nên hạ nhiệt độ ở bước (10)).

11. Bánh sau khi lấy ra khỏi lò thì để nguyên trên khay khoảng 5 phút để bánh tương đối cứng lại, rồi mới chuyển bánh lên rack để nguội hoàn toàn (hình 11). Khi bánh đã nguội, các bạn có thể dùng các loại mứt quả tùy thích làm nhân bánh (hình 12), hoặc cũng có thể thay bằng Nutella hay bơ lạc đều rất ngon.

Bảo quản bánh trong túi hoặc hộp kín (nên có thêm túi chống ẩm). Phần nhân nếu có chỉ nên trét lên bánh ngay trước khi dùng, nếu trét quá sớm, bánh sẽ chóng ẩm và iu.

- GHI CHÚ -

....

....

....

....

· BÁNH LƯỠI MÈO ·

- LANGUES DE CHAT -

Bánh lưỡi mèo là một loại bánh khá dễ làm và đơn giản. Nhờ được làm từ bơ đánh bông trộn với lòng trắng trứng mà bánh có vị giòn tan, thơm ngậy mùi bơ và rất nhẹ. Cũng như món bánh bơ Shortbread, vị cơ bản của bánh lưỡi mèo là va-ni, nhưng bạn hoàn toàn có thể biến tấu với các vị khác theo sở thích như trà xanh, sô-cô-la hay các vị hoa quả.

MỨC ĐỘ: *Dễ*

THỜI GIAN THAO TÁC: *15 - 20 phút*

THỜI GIAN ĐỢI: *30 phút*

THỜI GIAN NƯỚNG: *12 - 15 phút*

- NGUYÊN LIỆU -

. *110 g bơ*

. *100 g đường*

. *1 nhúm muối nhỏ*

. *½ thìa café va-ni chiết xuất*

. *3 lòng trắng trứng (90 - 100 g)*

. *120 g bột mì đa dụng*

BÁNH LƯỠI MÈO

CÁCH LÀM

1. Lót giấy nướng bánh vào khay nướng hoặc quét một lớp bơ lạnh rồi rắc một lớp bột mỏng lên khay để chống dính.

2. Cho bơ (đã mềm ở nhiệt độ phòng nhưng không bị chảy) và muối vào âu. Để máy đánh trứng ở tốc độ chậm, đánh khoảng 30 đến 60 giây hoặc đến khi bơ nhuyễn (hình 1 - 2).

3. Từ từ rây đường vào âu. Tăng máy đánh trứng lên tốc độ gần cao nhất, đánh đều sau mỗi lần thêm đường. Đánh đến khi bơ bông xốp, chuyển sang màu trắng ngà hoặc hơi vàng nhạt (hình 3).

* Nên cho đường từ từ, từng chút một, đánh cho hòa quyện rồi mới thêm đường. Cách làm này giúp bơ bông xốp nhanh hơn, các bọt khí tạo ra từ bơ bông xốp cũng nhiều và ổn định hơn.

4. Cho va-ni vào âu bơ, đánh đều. Các bạn có thể thay va-ni bằng hương liệu khác như chiết xuất lá dứa, cà phê hoặc các loại quả.

5. Dùng nĩa đánh nhẹ lòng trắng trứng cho tan bớt. Chia lòng trắng trứng thành 4 đến 5 phần, cho từng phần vào âu bơ, đánh đều sau mỗi lần thêm trứng.

Lưu ý:

- Trứng phải ở nhiệt độ phòng, nếu trứng lạnh sẽ dễ gây ra hiện tượng ốc trâu (lợn cợn).

- Không nên cho trứng vào quá nhiều một lúc, vì dễ gây ra hiện tượng ốc trâu và khó hòa quyện nhanh với bơ.

6. Chia bột làm 2 đến 3 phần. Rây từng phần vào âu, dùng máy đánh cho hòa quyện sau mỗi lần thêm bột (hình 4).

7. Cho bột vào túi bắt kem. Cắt đầu túi khoảng 0.8 - 1cm hoặc dùng đui tròn có đường kính tương tự. Bắt bánh lên khay, mỗi chiếc bánh dài khoảng 7 - 8 cm, khoảng cách giữa 2 chiếc bánh khoảng 4 - 5 cm (hình 5). Sau khi bắt bánh đầy hết khay thì cho cả khay bánh vào ngăn mát tủ lạnh, để khoảng 30 phút.

Nếu nướng bánh không hết trong một mẻ thì phần bột còn thừa các bạn bảo quản trong ngăn mát tủ lạnh (để bột trong túi kín, hoặc có thể bắt bánh sẵn lên các khay rồi để tất cả vào tủ lạnh).

Ngoài bánh hình lưỡi mèo thuôn dài kiểu truyền thống, các bạn cũng có thể bắt bột thành các hình tròn, khi nướng bơ chảy ra sẽ làm cho bánh có hình tròn dẹt như đồng xu.

8. Làm nóng lò trước khi nướng 10 đến 15 phút, nhiệt độ 200°C (hai lửa). Nướng bánh ở rãnh giữa của lò, hoặc có thể thấp hơn một nấc (nếu là lò nhỏ, dung tích dưới 42 lít). Bánh lưỡi mèo có nhiều bơ nên khi nướng bơ này sẽ chảy ra làm cho bánh có hình dạng dẹt (hình 6 - 7), sau đó bánh mới cứng lại. Một vấn đề hay gặp là bơ chảy ra quá nhanh, làm bánh quá dẹt hoặc có hình dạng không được đẹp mắt. Việc cho bột bánh vào ngăn mát tủ lạnh ở bước (7) là để làm bơ mát, khi đưa vào lò sẽ chảy chậm hơn, giúp hạn chế tình trạng chảy quá nhiều như trên.

Nướng bánh trong khoảng 15 phút (sau một nửa thời gian nướng có thể quay ngược khay

để bánh chín đều), đến khi rìa bánh có màu nâu vàng. Bánh sau khi lấy ra khỏi lò thì để trên khay khoảng 5 phút rồi để nguội hẳn trên rack (hình 8). Bánh sau khi nguội sẽ giòn và mỏng (hình 9). Nếu bảo quản trong túi hoặc lọ kín thì có thể dùng trong 2 đến 3 tuần.

Nếu bánh không giòn mà mềm hoặc dai thì nguyên nhân có thể do bắt bột hơi to làm phần chính giữa bánh hơi dày, khi nướng phần này chưa chín hẳn khiến bánh còn ẩm, dai. Để khắc phục, các bạn có thể cho bánh vào lò sấy (nướng lại) ở nhiệt độ 110°C trong khoảng 5 - 10 phút. Trên đây là công thức bánh lưỡi mèo cơ bản. Nếu các bạn muốn làm bánh trà xanh hay bánh vị ca cao thì có thể thay 5 gram bột mì trong công thức bằng 5 - 7 gram bột trà xanh hoặc bột ca cao. Hoặc có thể đun chảy sô-cô-la rồi nhúng bánh vị va-ni vào, ta sẽ có bánh lưỡi mèo bọc sô-cô-la.

- BÁNH QUY SÔ-CÔ-LA CHIP -

- CHOCOLATE CHIP COOKIES -

Có nhiều loại bánh trứ danh lại ra đời từ một sự cố. Bánh quy sô-cô-la chip là một trong những số đó. Nhiều quyển sách ghi lại rằng sau khi xuất hiện tại nước Mỹ, bánh quy sô-cô-la chip không chỉ được đón nhận vì mùi vị thơm ngon, mà còn có tác dụng như một loại thuốc thần diệu cho chứng bệnh trầm cảm. Có lẽ bởi lý do này mà trong Thế chiến thứ hai, khi nước Mỹ gửi quân đi tham chiến, rất nhiều thùng bánh quy đã được những người mẹ, người vợ tự tay chuẩn bị để gửi cho chồng, con mình nơi chiến trường. Đến bây giờ thì món bánh này đã trở thành một trong những loại bánh quy quen thuộc và phổ biến nhất không chỉ đối với người Mỹ mà còn trên khắp thế giới. Rất nhiều phiên bản khác nhau của món bánh này đã ra đời. Nhưng cá nhân tôi vẫn thích những chiếc bánh kiểu truyền thống, giòn rụm thơm mùi sô-cô-la quyện với va-ni thơm phức.

MỨC ĐỘ: *Dễ*

THỜI GIAN THAO TÁC: *15 - 20 phút*

THỜI GIAN ĐỢI: *30 phút*

THỜI GIAN NƯỚNG: *12 - 15 phút*

- NGUYÊN LIỆU -

- . *165 g bơ*
- . *80 g đường trắng*
- . *80 g đường vàng*
- . *2 lòng đỏ trứng (18 - 20 g/ lòng đỏ) – để lạnh*
- . *2 thìa cafe va-ni chiết xuất*

- . *300 g bột mì đa dụng*
- . *½ thìa cafe muối nở (baking soda)*
- . *¼ thìa cafe muối*
- . *130 - 150 g sô-cô-la chip*

BÁNH QUY SÔ-CÔ-LA CHIP

- CÁCH LÀM -

1. Đun chảy bơ rồi để nguội để bơ đông lại, thành dạng sệt và hơi nhão (hình 1).

2. Cho đường trắng và đường vàng vào trộn đều cùng bơ (hình 2 – 3). Khi bơ đường vừa hòa quyện thì cho trứng và va-ni vào trộn đều (hình 4).

3. Rây bột mì, muối nở, muối vào một âu khác, trộn đều. Làm nóng lò ở 190 °C (hai lửa).

4. Chia bột làm 3 phần. Rây từng phần vào âu đựng bơ đường trứng, trộn đều (hình 5 – 6). Cho khoảng 4/5 lượng sô-cô-la chip vào âu, trộn đều (hình 7 – 8).

5. Chia bột thành viên nặng khoảng 30 gram, đặt lên khay có lót giấy nướng bánh. Mỗi viên bột cách nhau khoảng 3 – 5 cm (hình 9).

* Có thể chia bột bằng thìa (dùng 1 thìa múc, 1 thìa gạt bột rơi xuống khay) hoặc nhúng ướt đầu ngón tay để chống dính rồi nặn bột. Nếu bột quá nhão và dính, các bạn có thể để bột vào tủ lạnh khoảng 20 đến 30 phút để bột cứng lại, sẽ dễ nặn bánh hơn. Nặn viên bột tròn rồi ấn cho bột hơi dẹt

xuống (hình 10). Khi nướng bơ chảy, bột sẽ tự dàn ra tạo thành hình tròn.

6. Dùng 1/5 lượng sô-cô-la chip còn lại gắn lên xung quanh các viên bánh (hình 11). Sau khi nướng xong, sô-cô-la sẽ còn ở trên mặt bánh, giúp bánh đẹp hơn.

7. Làm nóng lò trước khi nướng 10 đến 15 phút, nhiệt độ 200 °C (hai lửa). Nướng bánh ở nhiệt độ 190 °C trong khoảng 12 phút (hình 12). Khi bánh hơi chuyển vàng thì quay ngược khay, nướng thêm 3 phút nữa đến khi rìa bánh hơi nâu vàng. Lấy bánh ra ngoài, để trên khay 5 phút rồi chuyển sang *rack* để bánh nguội hoàn toàn.

- GHI CHÚ -

....

....

....

....

....

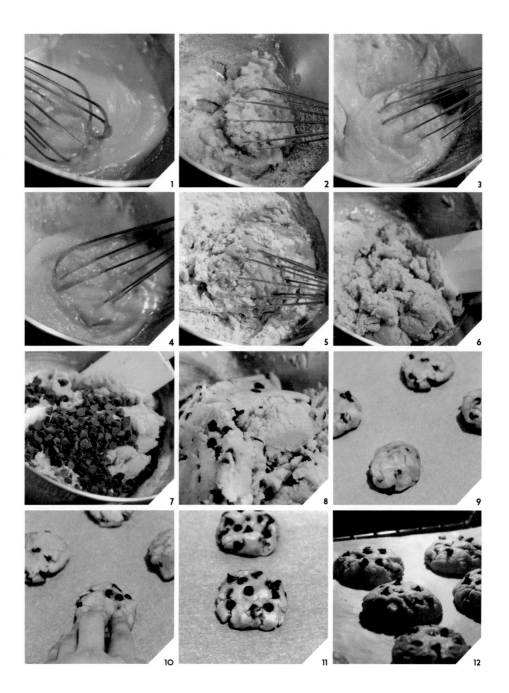

- CHEESECAKE BROWNIE -

- CHEESECAKE BROWNIE -

Có một người bạn nói với tôi rằng, Brownie là loại bánh chỉ cần nếm thử một lần là đủ nhớ mãi. Miếng bánh chỉ vừa chạm vào đầu lưỡi đã tan ra, mang đến cho người dùng cảm giác như đang chìm vào trong một bể sô-cô-la thơm ngậy, ngọt ngào. Brownie có thể ăn riêng với ít hạnh nhân rang giòn hay một viên kem va-ni mát rượi. Hoặc cũng có thể đi kèm với một lớp bánh pho-mát (cheesecake) kiểu New York để tạo thành một cặp đôi Brownie-cheesecake không thể hoàn hảo hơn.

MỨC ĐỘ: *Dễ*

THỜI GIAN THAO TÁC: *15 phút*

THỜI GIAN NƯỚNG: *50 - 60 phút*

SỐ LƯỢNG: *25 miếng nhỏ*

- NGUYÊN LIỆU -

A. PHẦN BÁNH PHO-MÁT (CHEESECAKE):

. *350 g cream cheese – để mềm ở nhiệt độ phòng*

. *100 g kem tươi*

. *70 - 75 g đường*

. *2 trứng gà*

. *1 thìa café va-ni chiết xuất*

B. PHẦN BROWNIE:

. *180 g bơ*

. *175 g sô-cô-la (55 - 60% ca cao)*

. *30 g kem tươi*

. *7 g bột ca cao nguyên chất*

. *170 g đường*

. *3 trứng gà*

. *80 g bột pastry hoặc bột mì đa dụng*

. *1.5 thìa café va-ni chiết xuất*

1. Làm nóng lò ở 155°C (hai lửa). Chuẩn bị khuôn vuông 20 x 20 cm hoặc khuôn tròn đường kính 22 - 23 cm. Nếu dùng khuôn đế rời thì quét một lớp bơ mỏng rồi phủ một lớp bột mỏng lên thành và đáy khuôn để chống dính. Nếu dùng khuôn đế liền thì lót giấy nến vào lòng khuôn sao cho mép giấy hơi chườm lên so với thành khuôn, để sau khi bánh chín có thể cầm giấy và nhấc lên dễ dàng (hình 1).

2. Chuẩn bị phần bánh pho-mát:
– Cho cream cheese vào âu, đánh ở tốc độ thấp (hoặc có thể đánh bằng phới lồng cầm tay) trong khoảng 30 đến 60 giây đến khi kem mềm mượt. Thêm kem tươi, trộn đều để hai nguyên liệu hòa quyện (hình 2).
– Cho trứng, đường, va-ni, dùng phới lồng đánh tan, đến khi các nguyên liệu vừa đủ hòa quyện thì dừng lại (hình 3 - 4).

Lưu ý: Nếu cream cheese không mịn mượt còn kem bị vón cục thì nguyên nhân có thể là do cream cheese chưa hết lạnh hẳn. Tuy nhiên, việc này sẽ không ảnh hưởng nhiều đến chất lượng của bánh.

3. Chuẩn bị phần Brownie:
– Cho bơ (cắt miếng nhỏ), sô-cô-la (bẻ nhỏ hoặc bào mỏng), kem tươi vào âu (hình 5).

Chuẩn bị nồi nhỏ có đựng chút nước sao cho có thể đặt âu lên miệng nồi và đáy âu không chạm nước (hình 6). Đun sôi nước rồi hạ nhỏ lửa. Đặt âu lên miệng nồi, quấy đều đến khi bơ và sô-cô-la tan chảy hết, các nguyên liệu hòa quyện (hình 7).
– Rây bột ca cao vào âu, trộn đều (hình 8).
– Rây đường vào âu. Cho va-ni. Trộn đều.

Lưu ý: Nếu sô-cô-la mà bạn dùng có hàm lượng ca cao lớn hơn 60% thì nên tăng chút đường và nếu hỗn hợp quá đặc, có thể thêm ít kem tươi. Nếu sô-cô-la có hàm lượng ca cao thấp hơn 50%, có thể tăng thêm vài gram bột ca cao.

– Cho từng quả trứng, đánh hòa quyện (hình 9).
– Rây bột vào âu. Trộn đều (hình 10 - 11). Hỗn hợp sẽ trở nên bóng mịn và khá đặc (hình 12).

4. Đổ bột vào khuôn đã lót giấy, dùng spatula hoặc dao dàn bột cho phẳng. Để lại khoảng 2 đến 3 thìa canh bột, cho vào túi bắt kem (để "vẽ" vân hoa lá trên mặt bánh).

5. Nhẹ nhàng đổ phần bánh pho-mát lên trên phần bột Brownie trong khuôn. Vỗ nhẹ khuôn cho bột dàn đều.

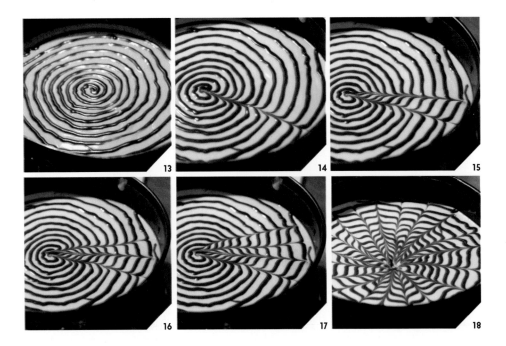

6. Dùng phần bột Brownie để riêng để "vẽ" vân hoa trên mặt lớp bánh pho-mát. Để tạo vân kiểu mạng nhện, các bạn bắt đầu từ chính giữa bánh, vẽ đường tròn nối tiếp từ trong ra ngoài (hình 13). Sau đó dùng que tăm kéo từ tâm ra ngoài, lau sạch đầu tăm, kéo đường thứ hai từ ngoài vào tâm. Lặp lại cho đến khi hết vòng tròn (hình 14 - 17). Ta sẽ có "mạng nhện" như trong hình 18.

* Đầu túi nên cắt nhỏ, khoảng 1 - 2 mm, nét vẽ sẽ nhỏ đẹp hơn.

7. Nướng bánh ở 150 - 155°C trong khoảng 50 đến 60 phút.

* Thời gian và nhiệt độ nướng có thể thay đổi. Với Brownie Cheesecake kiểu này, không nên nướng ở nhiệt độ quá cao, mặt bánh sẽ dễ bị nứt, thành bánh khô cứng nhanh trong khi phần bên trong bánh vẫn còn lỏng và ướt (vì không chín kịp). Đặc biệt với các lò nướng loại nhỏ (40 lít trở xuống) hoặc lửa trên cao hơn lửa dưới, cần lưu ý tránh để nhiệt độ quá cao hoặc bánh quá gần với lửa trên.

Bánh chín ngon nhất là khi lớp kem pho-mát còn hơi rung rinh và khi thử cắm que tăm vào giữa bánh, rút lên thấy có ít vụn bánh bám vào que. Lưu ý là với Brownie, nướng non sẽ tốt hơn nướng già, bánh có thể ẩm và ướt nhưng không được phép khô. Bánh đạt sẽ có phần Brownie mềm và ấm, không có vị bột, không bị bứ, không gây cảm giác nghẹn khi ăn, kể cả để lạnh cũng không bị cứng, thơm mùi sô-cô-la, ngọt vừa phải. Phần bánh pho-mát mềm, ấm, dẻo, không bị quá lỏng hay quá khô, có vị chua dịu của cream cheese và thơm ngậy.

8. Sau khi bánh chín, để nguội rồi cho cả bánh và khuôn vào tủ lạnh để khoảng 60 phút cho phần Brownie và bánh pho-mát ổn định. Lấy bánh ra khỏi khuôn. Dùng dao sắc, nhúng qua nước nóng, lau khô để cắt bánh. Nên chuẩn bị sẵn khăn ẩm hoặc giấy ăn để lau dao sau 1 đến 2 lần cắt, bánh sẽ không bị lem nhem.

Bảo quản bánh trong tủ lạnh hoặc nơi thoáng mát (đậy, bọc kín). Dùng trong 2 đến 3 ngày.

- G H I   C H Ú -

....

....

....

....

- MELTING MOMENTS -

Có lẽ ai đọc những dòng giới thiệu về Melting Moments hẳn cũng sẽ muốn làm hay nếm thử ngay lập tức: "Bánh nhẹ bỗng, nhẹ đến mức khi cầm phải rón rén, và bỏ vào miệng thì lập tức tan ra đúng như tên gọi Melting Moments". Tuy nhiên cảm giác của tôi trong lần đầu tiên nếm thử Melting Moments là hơi thất vọng. Tuy bánh có tan ra nhưng lại để lại cảm giác bột và hơi sạn trong miệng. Vì lý do này mà tôi làm "thí nghiệm" với công thức bánh thêm một chút để có một loại bánh Melting Moments mới - vẫn tan trong miệng, nhưng không có vị bột mà nhẹ và giòn kiểu bánh quy hơn.

MỨC ĐỘ: *Dễ*

THỜI GIAN THAO TÁC: *10 - 15 phút*

THỜI GIAN CHỜ: *30 - 45 phút*

THỜI GIAN NƯỚNG: *10 - 15 phút*

SỐ LƯỢNG: *25 miếng nhỏ*

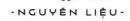

- NGUYÊN LIỆU -

. *160 g bơ*

. *90 g đường xay hoặc đường hạt mịn*

. *2 g muối*

. *1 thìa café va-ni chiết xuất*

. *1 quả trứng gà*

. *150 g bột mì đa dụng*

. *25 g bột ngô*

. *25 g bột hạnh nhân*

. *quả khô & rượu Rum ngâm quả (không bắt buộc)*

1. Cho bơ và muối vào âu. Để máy ở tốc độ chậm, đánh khoảng 30 đến 60 giây cho bơ mềm nhuyễn.

2. Cho đường vào âu bơ. Để máy ở tốc độ vừa, đánh đến khi bơ bông xốp, chuyển sang màu trắng ngà hoặc vàng nhạt (hình 1 - 2). *Lưu ý:* Nên đánh bơ kĩ vì bơ càng bông xốp thì bánh sẽ càng nở nhiều và xốp hơn.

3. Cho trứng và va-ni vào âu. Đánh cho hòa quyện (hình 3).

4. Rây bột mì, bột ngô và bột hạnh nhân vào một âu khác, trộn đều rồi chia thành 2 đến 3 phần, lần lượt cho vào âu bơ trứng. Để máy ở tốc độ chậm, đánh hòa quyện sau mỗi lần thêm bột. Nếu cảm thấy nặng tay có thể dùng phới trộn bằng tay đến khi hòa quyện (hình 4).
* Nếu các bạn dùng quả khô thì rửa quả khô với nước ấm cho sạch lớp đường bao ngoài, rồi ngâm với rượu Rum khoảng 30 đến 60 phút trước khi làm. Sau khi ngâm chắt hết rượu thừa, trộn quả khô với hỗn hợp bột ở bước này.

Bột trộn xong thường khá nhão và dính, nên để dễ tạo hình thì nên cho cả âu bột vào tủ lạnh, để khoảng 30 đến 45 phút đến khi bột cứng lại.

5. Chuẩn bị khay nướng có lót tấm nướng bánh hoặc giấy nướng bánh. Trước khi nướng 15 phút, làm nóng lò ở nhiệt độ 175°C (chế độ hai lửa).

6. Nặn bột thành viên tròn, mỗi viên khoảng 10 gram, đặt lên giấy nướng, cách nhau 3 - 4 cm, ấn cho bột hơi dẹp xuống. Khi nướng bột chảy ra sẽ tạo thành bánh tròn dẹt. Các bạn có thể dùng nĩa để ấn bột dẹp, nĩa sẽ giúp tạo vân trên mặt bánh như trong hình.

7. Nướng trong khoảng 12 đến 15 phút ở nhiệt độ 175°C đến khi rìa bánh chuyển sang màu vàng nâu. Bánh chín lấy ra khỏi lò, để yên trên khay khoảng 3 đến 5 phút rồi để nguội hoàn toàn trên khay hoặc giá có lỗ/khe hở.

- GHI CHÚ -

....

....

· SÔ-CÔ-LA TRUFFLE ·

- CHOCOLATE TRUFFLE -

L à một trong những loại sô-cô-la ngon nổi tiếng nhưng sô-cô-la truffle lại không quá khó làm và cũng không đòi hỏi nhiều dụng cụ đặc biệt. Trong công thức này tôi xin giới thiệu ba cách làm sô-cô-la truffle khác nhau: truffle kiểu Pháp vốn rất phổ biến ở nhiều nơi trên thế giới, với sô-cô-la và kem tươi là nguyên liệu chủ đạo; truffle kiểu Bỉ dùng bơ và sô-cô-la là thành phần chính; và truffle "ăn kiêng" với bột ca cao nguyên chất.

A

- SÔ-CÔ-LA TRUFFLE KIỂU BỈ -

MỨC ĐỘ: *Dễ*
THỜI GIAN THAO TÁC: *25 - 30 phút*
THỜI GIAN CHỜ: *40 - 50 phút*
SỐ LƯỢNG: *14 - 16 viên kẹo đường kính 2,5 - 3 cm*

- NGUYÊN LIỆU -

. *200 g sô-cô-la (hàm lượng ca cao 54 - 65%)*

. *75 g bơ*

. *30 g kem tươi*

. *1 thìa café va-ni chiết xuất*

. *150 g sô-cô-la (hàm lượng ca cao 54 - 65%) – làm vỏ bọc ngoài kẹo*

. *bột ca cao nguyên chất, dừa nạo sấy khô, hạt đập vụn, kẹo đường... để trang trí*

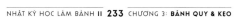

1. Làm tan chảy sô-cô-la. Cách tốt nhất là dùng phương pháp cách thủy: đun sôi ít nước trong nồi nhỏ. Bẻ nhỏ hoặc bào vụn sô-cô-la, cho vào âu. Dùng âu đủ lớn để có thể đặt âu lên miệng nồi mà đáy không chạm nước. Sau khi nước đã sôi thì hạ lửa để nước sôi lăn tăn. Đặt âu lên miệng nồi, dùng phới hoặc thìa quấy liên tục đến khi sô-cô-la tan hết. Bắc âu khỏi nồi, để nguội. Trong khi thao tác, lưu ý không để nước hay hơi nước đọng lại và rơi vào sô-cô-la vì sẽ ảnh hưởng đến việc kẹo đông lại sau này. Các bạn có thể dùng lò vi sóng làm chảy sô-cô-la nhưng cách này khá rủi ro vì nếu không theo dõi cẩn thận, sô-cô-la sẽ rất dễ bị cháy khét.

2. Cho bơ (đã mềm và hết lạnh nhưng chưa bị chảy nước) vào một âu khác. Để máy ở tốc độ thấp rồi từ từ tăng dần, đánh bơ đến khi bơ bông xốp, chuyển màu trắng ngà hoặc trắng tinh (hình 1). Thời gian đánh tùy thuộc lượng bơ và công suất máy nhưng bơ xốp nhiều thì kẹo sẽ mềm mượt và dễ tan trong miệng hơn.

3. Hạ tốc độ máy xuống thấp, từ từ cho kem tươi vào, đánh đến khi vừa hòa quyện thì dừng lại. Cho một nửa lượng sô-cô-la (đã nguội nhưng vẫn còn lỏng) vào âu, đánh hòa quyện, cho nốt phần sô-cô-la còn lại vào. Đánh cho hòa quyện (hình 2 - 3). Nếu bạn muốn dùng thêm hương liệu như va-ni hay rượu thì cho vào sau cùng. Đánh cho quyện đều.

4. Chuẩn bị đĩa hoặc khay rộng, lót giấy nến hoặc giấy bạc lên khay. Cho sô-cô-la vào túi bắt kem. Cắt đầu túi khoảng 1 - 1.5 cm. Giữ túi thẳng đứng vuông góc với mặt khay, bắt sô-cô-la thành từng viên nhỏ, cao khoảng 1.5 cm (hình 4 - 5). Sau khi bắt xong, nhúng đầu ngón tay vào dầu ăn hoặc bơ đun chảy, ấn cho xẹp chóp, sửa lại cho viên sô-cô-la tròn trịa, làm sao cho mỗi viên sô-cô-la giống như nửa hình tròn. Để cả khay vào ngăn mát tủ lạnh khoảng 20 đến 30 phút (hoặc lâu hơn, tùy độ lạnh trong tủ) để sô-cô-la đông cứng hơn.

Lưu ý: Cách làm này dùng bơ đánh bông nên hỗn hợp thường không bị lỏng, giống như kem bơ, có thể bắt búp dễ dàng. Nếu hỗn hợp quá lỏng, có thể để tủ lạnh khoảng 10 đến 15 phút cho hỗn hợp đặc lại một chút. Nhưng lưu ý không để quá lâu, tránh cho sô-cô-la bị cứng hẳn lại.

5. Sau khi sô-cô-la đã đủ cứng để tạo hình

thì lấy ra khỏi tủ lạnh và tạo hình viên truffle tròn. Vì ở bước (4), mỗi viên sô-cô-la được bắt theo dạng nửa hình tròn nên ở bước này, ta chỉ cần ghép hai viên sô-cô-la với nhau và dùng đầu ngón tay sửa lại cho viên sô-cô-la tròn đều là ổn (hình 6). Đây là một cách tạo hình khá đơn giản, có thể thao tác nhanh và cho sản phẩm đẹp, tránh việc phải vê tròn trong lòng bàn tay hay đầu ngón tay khiến sô-cô-la chảy nhão nhanh mà viên truffle khó tròn đều.

Sau khi đã nặn xong hết, đặt các viên truffle vào khay, để tủ lạnh thêm 15 đến 20 phút cho truffle cứng lại, sẽ dễ trang trí hơn.

6. Trong khi đợi sô-cô-la cứng lại, đun chảy phần 150 gram sô-cô-la để làm vỏ bọc cho truffle. Thao tác giống như bước (1).

- Chuẩn bị một tờ báo hoặc giấy rộng để lót mặt bàn. Đặt một chiếc khay có khe hở lên trên giấy báo. Chuẩn bị sẵn sàng bột ca cao (rây mịn), vụn dừa sấy khô... hoặc các thứ đồ trang trí khác.

- Nhúng từng viên kẹo đã đông cứng vào bát sô-cô-la lỏng. Có thể dùng tăm để nhúng kẹo cho dễ dàng (hình 7).

- Sau khi nhúng xong thì xoay viên kẹo và lắc nhẹ cho sô-cô-la thừa rơi trở lại bát (hình 8). Đặt viên kẹo đã nhúng xong lên khay (giấy lót dưới khay sẽ hứng sô-cô-la thừa rớt xuống) (hình 9). Có thể cho kẹo vào tủ lạnh để phần vỏ ngoài đông lại.

- Khi lớp vỏ đã hơi se lại thì làm nốt khâu cuối cùng là lăn qua bột ca cao, vụn dừa, hạt sấy khô đập vụn... hoặc trang trí tùy thích (hình 10 - 11).

Lưu ý: chỉ đợi đến khi lớp vỏ hơi se, không đợi đến khi khô hoàn toàn, sẽ khó lăn qua các loại bột, dừa hoặc hạt khô... để trang trí. Cũng có thể bỏ qua lớp bọc vỏ ngoài sô-cô-la này, nhưng nếu có thì kẹo ngon hơn.

Bảo quản kẹo trong ngăn mát tủ lạnh, dùng trong khoảng 2 tuần. Trước khi ăn nên để ở ngoài 15 đến 30 phút để kẹo mềm trở lại, ăn sẽ ngon hơn.

B

———

- SÔ-CÔ-LA TRUFFLE KIỂU PHÁP -

SỐ LƯỢNG: *14 - 16 viên kẹo đường kính 2.5 - 3 cm*

NGUYÊN LIỆU:

. *25 g bơ động vật không muối*

. *90 g kem tươi (35% béo trở lên)*

. *200 g sô-cô-la (hàm lượng ca cao 54 - 65%)*

. *1 thìa café va-ni chiết xuất*

. *150 g sô-cô-la (hàm lượng ca cao 54 - 65%) – làm vỏ bọc ngoài kẹo*

. *Bột ca cao nguyên chất, dừa nạo sấy khô, hạt đập vụn, kẹo đường... để trang trí*

CÁCH LÀM:

1. Cho bơ (cắt nhỏ), sô-cô-la (bẻ nhỏ hoặc bào vụn) và kem tươi vào âu. Dùng phương pháp cách thủy như bước (1) trong công thức "truffle kiểu Bỉ", đun chảy và trộn đều đến khi các nguyên liệu hòa quyện. Cho các nguyên liệu còn lại vào trộn đều.

Cho hỗn hợp vào ngăn mát tủ lạnh, để hỗn hợp đông đặc hơn (thời gian khoảng 15 đến 30 phút tùy độ lạnh của tủ). Cho hỗn hợp vào túi bắt kem. Các thao tác còn lại giống như từ bước (4) của công thức truffle kiểu Bỉ.

C

- SÔ-CÔ-LA TRUFFLE TỪ BỘT CA CAO NGUYÊN CHẤT -
(TRUFFLE "ĂN KIÊNG")

SỐ LƯỢNG: *12 - 14 viên kẹo đường kính 2.5 - 3 cm*

NGUYÊN LIỆU:

. *95 g bơ*

. *130 g kem tươi*

. *47 g bột ca cao nguyên chất*

. *65 g đường – xay mịn*

. *2/3 thìa café va-ni chiết xuất*

. *125 g sô-cô-la (hàm lượng ca cao 54 - 65%) – làm vỏ bọc ngoài kẹo*

. *Bột ca cao nguyên chất, dừa nạo sấy khô, hạt đập vụn, kẹo đường... để trang trí*

CÁCH LÀM:

1. Đun kem tươi và bơ đến hơi ấm nóng (không đun sôi), vừa đun vừa quấy đều, đến khi bơ vừa chảy hết, hỗn hợp hòa quyện thì dừng lại.

2. Rây bột ca cao và đường vào phần bơ sữa đun chảy, quấy đều đến khi ca cao và đường tan hết, hỗn hợp hòa quyện. Cho va-ni vào, quấy đều. Để nguội bớt.

Cho hỗn hợp vào ngăn mát tủ lạnh, để hỗn hợp đông đặc hơn (khoảng 20 đến 40 phút tùy độ lạnh của tủ). Cho hỗn hợp vào túi bắt kem. Các thao tác còn lại giống như từ bước (4) của công thức truffle kiểu Bỉ.

- CHƯƠNG 4 -

- ENTREMET -

-ENTREMET-

TROPICAL
PARADISE

*Thiên
dương
nhiệt
đới*

- AMOUR -

CHARM -

SCHWAR
-ZWALD

*Khu
rừng
Đen*

SACHER
-TORTE

MATCHA

RAFFAELLO

1989

FORÊT-NOIRE-

- DELUXE -
BANANA
CAKE

Ý định ban đầu của tôi khi ghé thăm tiệm bánh Sadaharu Aoki ở Paris là để nếm thử croissant vị trà xanh và cheese soufflé trứ danh của bậc thầy làm bánh đã thổi phong vị Nhật Bản vào các món pastry kinh điển của nước Pháp. Nhưng cuối cùng, khi rời khỏi tiệm, trong túi xách của tôi có thêm bốn loại bánh khác, thứ bánh nhiều tầng đã thôi miên tôi ngay từ cái nhìn đầu tiên. Bamboo với bảy lớp trà xanh và sô-cô-la xen kẽ, một phiên bản Nhật hoàn hảo của bảy nốt nhạc L'Opera. Zen thanh tịnh với sắc trắng của sô-cô-la, màu xanh nhạt của mousse trà xanh, điểm xuyết vài hạt vừng đen trắng. Cassis tím sậm quyến rũ nhờ sự kết hợp của black currant (quả lý chua đen) và sô-cô-la. Valencia thoảng hương cam và vàng sắc nắng, nhắc người ta nhớ tới thành phố Tây Ban Nha nổi tiếng với những trái cam căng mọng.

Mối duyên của tôi và entremet đã không hẹn mà nên như thế.

Sau lần đầu gặp gỡ ấn tượng ấy, tôi bắt tay vào tìm hiểu kỹ hơn về Entremet – loại bánh tráng miệng thường gồm nhiều lớp khác nhau, không chỉ là bánh như ga-tô mà còn cả các loại mousse, kem, thạch hoa quả... Tôi vẫn luôn tin rằng, nhìn vào bánh, người ta có thể thấy được phần nào cá tính của người làm ra chúng. Và điều này đặc biệt đúng với Entremet, loại bánh thể hiện rất rõ không chỉ tài năng mà cả sự tinh tế và sáng tạo của người làm. Nếu như tay nghề giỏi được thể hiện qua lát cắt mịn mượt để lộ những lớp bánh đều chằn chặn thì sự tinh tế có thể được thấy rõ trong cách phối hợp mùi vị, màu sắc sao cho hài hòa và hợp lý. Cùng một loại bánh hay một đề tài nhưng qua bàn tay mỗi người thợ, với mỗi cá tính khác nhau, sẽ chuyển thành một tác phẩm mới. Đây cũng chính là điểm khiến tôi say mê Entremet: một sự gợi mở và khả năng sáng tạo

không biên giới.

Tuyệt vời là thế nhưng liệu Entremet có phải là loại bánh mà "thợ" không chuyên như bạn và tôi có thể thử sức trong bếp gia đình không? Câu trả lời là: Có! Mặc dù cảm giác đầu tiên khi đọc các công thức Entremet có thể sẽ là choáng váng vì bánh nhiều lớp nên công thức cũng thường gồm nhiều phần khác nhau. Nhưng thật ra Entremet lại là món bánh giúp cho ta ghi điểm mà không cần phải có rất nhiều kỹ năng hay kinh nghiệm bếp núc. Thật đấy!!!

Có rất nhiều ưu điểm của Entremet mà những đầu bếp amatơ có thể tận dụng. Chẳng hạn như cốt bánh ga-tô dùng cho Entremet không cần phải là các loại cốt cầu kỳ như ga-tô Nhật Bản, ga-tô Hồng Kông hay Chiffon. Nhờ các lớp kem và mousse xen kẽ mà phần ga-tô trong Entremet sẽ luôn đủ ẩm, cho nên chỉ cần cốt bánh ga-tô cơ bản là đã rất ngon rồi. Thậm chí ngay cả khi bạn lỡ nướng cốt bánh hơi khô một chút thì cũng có thể khắc phục bằng việc quét một lớp sữa hoặc nước quả lên mặt bánh để giúp bánh ẩm hơn. Ngoài ra, vì bánh luôn được cắt thành nhiều lớp nên nếu chẳng may chiếc lò ngày hôm đó tự dưng đỏng đảnh làm bánh hơi lõm mặt một chút thì cũng không vấn đề gì.

Bạn hoàn toàn có thể cắt bỏ phần bánh đó đi và chỉ lấy những miếng bánh ngon lành, xinh đẹp nhất. Còn về thời gian làm ư? Một đến hai giờ không phải là quá nhiều cho một chiếc bánh vừa ngon, vừa đẹp, lại rất ấn tượng và thường đủ cho ít nhất là tám đến mười người ăn. Tôi tin là vậy.

Có nhiều loại Entremet với các mức độ khó khác nhau. Những chiếc bánh mà tôi giới thiệu trong phần tiếp theo của sách đều chỉ ở độ khó trung bình, được làm với các nguyên liệu dễ tìm, cơ bản và không đòi hỏi nhiều dụng cụ chuyên môn. Bên cạnh Entremet, tôi cũng giới thiệu một vài công thức bánh kem nhiều tầng. Hy vọng là những chiếc bánh này sẽ giúp mang thêm cảm hứng cho bạn không chỉ để vào bếp làm ra một chiếc bánh giống như thế, mà còn để sáng tạo ra những món Entremet mới mang dấu ấn, phong cách và cá tính riêng của chính mình.

Để làm Entremet ở mức độ trung bình không cần quá nhiều kỹ năng và dụng cụ đặc biệt. Những loại bánh Entremet đơn giản nhất có thể chỉ gồm cốt bánh ga-tô, kem và mousse. Cao cấp hơn một chút có thể xen kẽ các lớp ganache, thạch, và yêu cầu phức tạp hơn ở khâu trang trí. Trong tập 1 của *Nhật ký học làm bánh*, tôi đã chia sẻ cách làm các loại bánh ga-tô, cách làm mousse cùng các lưu ý khi làm mousse như cách đánh kem tươi, cách trộn theo kiểu fold hay cách dùng gelatin. Trong tập 2 này, tôi xin giới thiệu một vài kỹ thuật và kinh nghiệm để giúp cho việc làm Entremet dễ dàng, đơn giản hơn và tránh được nhiều thất bại, cụ thể là: cách xẻ bạt bánh ga-tô, cách phủ kem và chà láng, một vài mẹo nhỏ và dụng cụ cần thiết khi làm và trang trí bánh nhiều tầng kiểu Entremet.

Cách xẻ bạt bánh ga-tô:

Dụng cụ: Một con dao có lưỡi dài một chút, tốt nhất là dao có lưỡi kiểu răng cưa và vài chiếc tăm tre nhỏ.

Bước 1: Dùng tăm tre cắm vòng quanh thành bánh để đánh dấu các lớp bạt bánh (hình 1). Nếu muốn thật chuẩn xác, bạn có thể dùng thước kẻ để đo và đánh dấu chia bánh thành các lớp đều nhau.

Bước 2: Dùng dao cắt vòng quanh thành bánh theo những mốc được đánh dấu bởi tăm tre. Chỉ cắt vòng quanh viền ngoài bánh, vết cắt sâu khoảng 0.5 - 1 cm (hình 2).

Bước 3: Cắt rời hẳn lớp bạt bánh theo vết cắt từ bước (2) (hình 3).

Hai lần cắt như trên sẽ giúp bạn chia bạt bánh được đều hơn. Lần cắt thứ nhất giúp "định vị" để trong lần cắt thứ hai, dao không "đi lạc đường" làm cho lát bánh có độ dày mỏng khác nhau. Vì lý do này mà khi cắt, bạn nên chọn con dao có lưỡi dài một chút, dài hơn đường kính của bánh tròn hoặc cạnh của bánh vuông là tốt nhất. Ngoài ra, khi cắt bánh bông lan nói chung, nên đưa dao theo kiểu như cưa gỗ (đưa ra trước rồi kéo về sau). Thao tác này sẽ giúp hạn chế tối đa việc bánh bị méo hoặc biến dạng do lực ấn của tay.

Với một số công thức chỉ yêu cầu hai lớp bạt bánh, các bạn hoàn toàn có thể trộn bột rồi nướng trong hai khuôn, sẽ đỡ được khâu xẻ bạt bánh này.

1   2   3

Phủ kem và trang trí bánh:

Nếu bánh yêu cầu phủ kem thì công việc trước tiên các bạn cần làm là loại bỏ bớt các "khiếm khuyết" của bánh do quá trình nướng. Ví dụ, nếu mặt bánh phồng cao thì nên gọt bớt phần bánh này đi. Một chiếc bánh tròn trịa, ngay ngắn sẽ dễ phủ kem đẹp hơn. Bên cạnh đó, cũng cần loại bỏ các vụn bánh khô bám bên ngoài thành bánh, nếu không, khi phết kem, những vụn bánh này có thể sẽ bám vào lưỡi dao làm "bẩn" phần kem phủ bánh. Thông thường, bánh sẽ được đặt lên đế bánh hoặc đĩa đựng rồi mới trát kem và chà láng. Để kem không dây bẩn ra đế bánh hoặc đĩa, trước khi phủ kem, các bạn có thể cắt một vài miếng giấy nến hoặc giấy trắng rồi lót ở dưới đế bánh như trong hình 4. Những miếng giấy này sẽ giúp che cho phần đế hoặc đĩa đựng bánh không bị dây bẩn khi trét kem. Chỉ cần để bánh chườm lên một phần nhỏ của giấy, sau khi phủ kem xong, chúng ta rút giấy ra cũng dễ dàng hơn (hình 5).

Việc phủ kem lên ngoài bánh thường được thực hiện qua hai bước: phủ kem nền (crumb coat) và phủ kem chính (kèm theo chà láng bánh).

Ở bước thứ nhất (crumb coat), chúng ta lấy một phần nhỏ kem và phủ lên toàn bộ phần bên ngoài bánh. Không cần chà láng cẩn thận và đều, chỉ cần phủ kem lên toàn bộ ngoài bánh là được (hình 6). Bánh sau đó được đặt vào ngăn mát tủ lạnh khoảng 30 đến 45 phút để lớp kem này đặc cứng lại. Lớp kem nền này sẽ giúp giữ lại các vụn bánh trên thành và mặt bánh, để các vụn này không bị lẫn vào kem khi chà láng. Ngoài ra, nó cũng tạo ra một lớp kem nền phẳng mịn, giúp cho việc phủ kem lần thứ hai đơn giản và dễ láng mịn hơn.

Tiếp theo, trong lần phủ thứ hai, chúng ta sẽ phủ toàn bộ phần kem lên bên ngoài bánh và chà cho phần kem này mịn màng (thuật ngữ thường dùng là chà láng) (hình 7 - 8). Nhiều người mới học làm bánh thường gặp rắc rối ở khâu chà láng này. Hai vấn đề thường gặp nhất là mặt kem bị rỗ và không chà được kem phẳng mịn, đều. Thật ra với việc chà láng kem, thực hành có ý nghĩa quan trọng hơn các loại hướng dẫn và bí quyết nhiều. Với chiếc bánh đầu tiên hay thứ hai, có lẽ sẽ rất khó để khiến kem được mịn màng như mong muốn. Nhưng tôi tin là từ chiếc bánh thứ tư, năm, sáu trở đi, bạn sẽ thấy công việc này dễ dàng hơn. Vì vậy nên đừng quá nản lòng hay thất vọng nếu như chiếc bánh đầu còn có khiếm khuyết. Trong quá trình học và thực hành phủ kem của mình, tôi cũng rút ra được một vài kinh nghiệm nhỏ, xin chia sẻ lại tại đây:

1. Xem một vài video hướng dẫn cách chà láng (có thể tìm tại Youtube với từ khóa "How to frost a cake").

2. Dùng dao có lưỡi to bản một chút. Nếu có bàn xoay thì rất tốt, bánh sẽ dễ mượt hơn rất nhiều.

3. Để các lớp kem ở giữa và mặt bánh được đều, có thể cho kem vào túi bắt kem, cắt đầu túi (hoặc dùng đui đầu tròn to). Bóp kem theo hình xoắn ốc lên mặt bánh rồi dùng dao chà lại cho láng (hình 9).

4. Khi chà láng bánh, không nên đặt toàn bộ lưỡi dao lên mặt bánh mà đặt dao hơi nghiêng, thậm chí chỉ để cho phần mép của lưỡi dao lướt trên mặt kem. Cách này đặc biệt hữu ích khi chà láng thành bánh và nếu có bàn xoay đi kèm. Chỉ cần đặt lưỡi dao vuông góc với thành bánh và tay còn lại xoay bàn để bánh là ta sẽ có phần thành bánh mịn màng.

5. Nếu dùng kem bơ để trang trí, nên dùng dao nhỏ trộn lại kem nhẹ nhàng trước khi dùng để loại bỏ các bọt khí trong kem, giúp kem không bị rỗ khi phủ.

6. Kem tươi có hàm lượng béo lớn hơn 40% sẽ đặc và cho lớp kem phủ mịn màng hơn. Nếu kem tươi chỉ có hàm lượng béo khoảng 35%, có thể dùng kèm thêm Mascarpone, kem sẽ đặc hơn và mùi vị cũng ngon hơn. Kem tươi có hàm lượng béo dưới 30% sẽ không đánh được đủ bông đặc để trang trí bánh.

Một mẹo nhỏ khác giúp "giấu" các khuyết điểm trên thành bánh nếu bạn chưa quen với việc chà láng là có thể dùng các loại nguyên liệu như dừa sấy, sô-cô-la, hạnh nhân lát sấy giòn... để trang trí quanh thành bánh. Tuy không phải loại bánh nào cũng có thể áp dụng nhưng đa phần là có thể dùng được, vừa giúp bánh đẹp và cũng tăng thêm hương vị cho bánh.

- CHARM -

Quyến rũ và lôi cuốn không chỉ bởi vẻ bề ngoài mà cả hương vị tuyệt vời được tạo nên từ xoài và quả mâm xôi. Mềm xốp, chua dịu, ngọt ngào và tan trên đầu lưỡi, mỗi miếng bánh đều mang cho người ăn cảm giác sảng khoái và mát mẻ, giống như một làn gió mát lành trong buổi chiều mùa hạ.

MỨC ĐỘ: *Trung bình*
THỜI GIAN THỰC HIỆN: *100 - 120 phút*
THỜI GIAN CHỜ: *4 giờ*
DỤNG CỤ: *Khuôn tròn đường kính 20 cm để làm phần ga-tô*
Khuôn tròn để rời hoặc mousse ring đường kính 18 cm để ráp bánh

- NGUYÊN LIỆU -

A. GA-TÔ VA-NI:

. 40 g bột mì đa dụng

. 40 g bột ngô

. 30 g dầu ăn

. 15 g sữa tươi không đường

. ½ thìa cafê va-ni chiết xuất

. 4 trứng gà

. 80 g đường

. ½ thìa cafê cream of tartar

. một nhúm muối nhỏ

B. MOUSSE XOÀI CHANH LEO:

. 6 g gelatin (dạng lá hoặc bột)

. 350 g xoài

. 40 g nước cốt chanh leo đã bỏ hạt (2 - 3 quả)

. 190 g kem tươi

. 20 - 30 g đường (thay đổi tùy độ ngọt của xoài)

C. KEM TƯƠI QUẢ MÂM XÔI:

. 300 g quả mâm xôi (raspberry) tươi hoặc đông lạnh

. 20 g đường

. 30 g nước

. 190 g kem tươi

. 25 g đường (để đánh bông cùng kem tươi)

Lưu ý: Nếu không thể mua được quả mâm xôi, các bạn có thể dùng quả dâu tây hoặc dâu tằm thay thế.

A. Ga-tô va-ni:

Bánh được làm theo công thức ga-tô cơ bản bất bại. Phần hướng dẫn tại đây chỉ ghi vắn tắt các bước, nếu cần chỉ dẫn cụ thể hơn, các bạn có thể xem trong *Nhật ký học làm bánh* tập 1.

1. Làm nóng lò ở nhiệt độ 175°C (hoặc 165°C nếu dùng khuôn sẫm màu). Lót giấy nến ở đáy khuôn, không cần chống dính thành khuôn.

2. Rây bột mì và bột ngô vào một âu, trộn đều (hình 1). Đong sữa, dầu ăn và va-ni vào một bát nhỏ (hình 2). Tách riêng lòng đỏ và lòng trắng trứng vào hai âu khác nhau.

3. Đánh lòng trắng trứng với đường, cream of tartar và muối đến khi lòng trắng gần bông cứng (hình 3). Để máy ở tốc độ thấp nhất, cho từng lòng đỏ trứng vào, đánh hòa quyện (hình 4 - 5).

4. Quấy cho dầu ăn, sữa và va-ni hòa vào nhau rồi từ từ đổ từng chút một vào âu, để máy ở tốc độ thấp nhất, đánh cho hòa quyện (hình 6).

5. Chia bột làm 2 đến 3 phần, rây từng phần vào âu, trộn đều với kỹ thuật fold (hình 7 - 8).

* Nếu các bạn không quen trộn bột theo kiểu fold, có thể trộn bằng máy ở tốc độ thấp nhất trong khoảng 15 đến 20 giây, khi bột vừa hòa quyện thì dừng lại, rây phần bột tiếp theo và trộn cho đến hết bột. Trứng đánh bông theo công thức này thường rất đặc và mịn nên dùng máy trộn ở thời gian ngắn sẽ không ảnh hưởng nhiều đến bọt khí. Sau khi trộn xong, dùng phới trộn thêm vài nhát để vét bột bám ở thành và đáy âu.

6. Đổ bột vào khuôn (hình 9), nướng bánh ở nhiệt độ 175°C (hoặc 165°C nếu dùng khuôn sẫm màu) trong khoảng 30 - 35 phút, đến khi bánh chín vàng mặt, thơm mùi bánh nướng, ấn nhẹ tay lên mặt bánh thấy vết lõm phồng trở lại.

7. Lấy bánh ra khỏi khuôn, để bánh nguội hoàn toàn trên rack. Khi bánh đã nguội, xẻ bánh làm ba phần bạt tròn (hình 10).
* Tham khảo cách xẻ bạt bánh trong phần đầu chương.

8. Chuẩn bị mousse ring hoặc lót giấy nến vào đế khuôn tròn dùng làm mousse.

B. Mousse xoài chanh leo:

1. Ngâm gelatin vào 30 ml nước (nếu là gelatin dạng bột) hoặc 40 - 45 ml nước (nếu dùng gelatin lá) để gelatin nở mềm.

2. Xay xoài với nước chanh leo đến khi thành hỗn hợp lỏng và nhuyễn mịn (hình 11). Đổ vào nồi, đun đến khi hỗn hợp bắt đầu sôi thì hạ lửa nhỏ đun thêm khoảng 3 đến 4 phút. Quấy đều và liên tục trong quá trình đun. Sau khi đun xong, cân lại hỗn hợp. Chúng ta cần thu được khoảng 300 gram xoài chanh leo. Nếu các bạn thu được nhiều hơn thì tiếp tục đun để hơi nước bay bớt, nếu ít hơn thì thêm nước.

3. Lấy 100 gram xoài để riêng. Phần còn lại trộn cùng với gelatin khi còn ấm nóng:
- Nếu dùng gelatin dạng lá: vắt cho gelatin ráo nước, bỏ vào hỗn hợp rồi nhanh tay quấy

đến khi gelatin tan hết.

- Nếu dùng gelatin bột: đổ cả gelatin lẫn phần nước ngâm vào trộn đều cùng xoài. Để nguội (có thể ngâm bát vào chậu đựng nước đá để hỗn hợp nguội nhanh).

Lưu ý: nếu xoài đã nguội bớt thì nên đun lại để hỗn hợp nóng ấm mới bỏ gelatin vào vì gelatin cần nhiệt độ cao để tan chảy.

4. Đánh kem tươi với đường đến khi kem đạt bông mềm (hình 12). Nhẹ nhàng đổ xoài chanh leo (đã nguội) vào âu, nhẹ nhàng trộn (theo kiểu fold) đến khi các nguyên liệu hòa quyện (hình 13).

5. Đặt một phần ga-tô vào khuôn. Đổ một nửa phần mousse xoài chanh leo lên trên. Lắc nhẹ khuôn cho mousse dàn đều. Đặt phần bạt ga-tô thứ hai vào khuôn, đổ nốt phần mousse còn lại rồi đặt nốt phần ga-tô cuối cùng lên trên. Bọc kín khuôn, để vào ngăn mát tủ lạnh tối thiểu 4 giờ (hoặc tốt nhất là qua đêm) để mousse đông hoàn toàn.

C. Kem tươi quả mâm xôi:

1. Xay quả mâm xôi với đường (phần 20 gram) và nước đến khi thành hỗn hợp lỏng. Lọc hỗn hợp qua rây để bỏ hạt mâm xôi (hình 14). Chúng ta sẽ thu được khoảng 280 - 300 ml nước quả. Nếu dùng dâu loại khác, cần đong cho đủ nước và thêm hoặc bớt đường tùy khẩu vị.

2. Cho hỗn hợp vào nồi, đun nhỏ lửa, vừa đun vừa quấy đều tay trong khoảng 8 đến 10 phút, đến khi hỗn hợp cạn bớt 1/3, còn khoảng 180 ml. Đổ ra bát để nguội. Nếm lại đường để phần xi rô này có vị chua ngọt vừa ăn.

3. Cho kem tươi, đường (phần 25 gram) và 40 ml xi rô mâm xôi nguội hoàn toàn vào âu. Đánh đến khi kem bông cứng.

* Có thể chuẩn bị phần kem này trước và để vào ngăn mát tủ lạnh khoảng 1 giờ, kem sẽ đặc và dễ dùng để trang trí bánh hơn.

4. Lấy bánh ra khỏi khuôn (hình 15). Phủ kem lên bên ngoài bánh (hình 16 - 18). Có thể trang trí tùy thích.

Bảo quản bánh trong ngăn mát tủ lạnh. Dùng trong 1 đến 2 ngày. Khi ăn, dùng bánh kèm với xi rô mâm xôi và xoài tươi sẽ ngon hơn.

- G H I   C H Ú -

SACHER TORTE

- SACHER TORTE -

Những chiếc bánh Sacher Torte đầu tiên ra đời từ năm 1832, do đầu bếp người Áo Franz Sacher chuẩn bị trong một bữa tiệc của hoàng cung. Nhưng phải đến hơn 40 năm sau, chiếc bánh này mới thực sự được hoàn thiện (bởi con trai lớn của đầu bếp Franz). Trải qua gần ba thế kỷ, Sacher Torte đã trở thành một trong những niềm tự hào lớn nhất của nền bánh ngọt Áo. Người Áo thậm chí đã dành hẳn một ngày vào tháng Mười hai để kỷ niệm loại bánh này. Rất nhiều phiên bản mới của Sacher Torte được tạo ra bởi các đầu bếp danh tiếng trên khắp thế giới. Nhưng có lẽ một miếng bánh Sacher Torte đậm đà sô-cô-la xen với vị mứt dâu, kèm thêm một búp kem tươi trắng muốt tại khách sạn của dòng họ Sacher vẫn là món mà nhiều người muốn nếm thử khi có dịp ghé qua thành Viên của nước Áo.

MỨC ĐỘ: *Trung bình*

THỜI GIAN THỰC HIỆN: *80 - 90 phút*

THỜI GIAN CHỜ: *1 - 2 giờ*

DỤNG CỤ: *Khuôn tròn đường kính 18 - 20 cm*

- NGUYÊN LIỆU -

A. GA-TÔ SÔ-CÔ-LA:

. 25 g bột ca cao

. 15 g bột hạnh nhân

. 50 g bột làm bánh ngọt (cake flour)

. 20 g dầu ăn

. 10 g sữa

. ½ thìa café va-ni chiết xuất

. 3 trứng

. 75 g đường

. ¼ thìa café cream of tartar

. một nhúm muối nhỏ

B. TRANG TRÍ:

. 70 g mứt mơ

. 145 g kem tươi

. 15 g đường

C. GANACHE SÔ-CÔ-LA:

. 120 g sô-cô-la (hàm lượng ca cao 50 - 60%)

. 95 g kem tươi

. 15 g bơ nhạt

. ¼ thìa café va-ni chiết xuất

SACHER TORTE

- CÁCH LÀM -

A. Ga-tô sô-cô-la:

Bánh được làm theo công thức ga-tô cơ bản bất bại. Phần hướng dẫn tại đây chỉ ghi vắn tắt các bước, nếu cần chỉ dẫn cụ thể hơn, các bạn có thể xem lại trong *Nhật ký học làm bánh* tập 1.

1. Làm nóng lò ở nhiệt độ 165°C (hoặc 155°C nếu dùng khuôn sẫm màu). Lót giấy nến ở đáy khuôn, không cần chống dính thành khuôn.

2. Rây bột ca cao, bột hạnh nhân và bột mì vào âu, trộn đều (hình 1). Cho dầu ăn, sữa và va-ni vào một bát nhỏ khác, quấy đều. Tách riêng lòng đỏ và lòng trắng trứng vào hai âu khác nhau.

3. Đánh lòng trắng trứng với đường, cream of tartar và muối đến khi lòng trắng gần bông cứng (hình 2). Để máy ở tốc độ thấp nhất, cho từng lòng đỏ trứng vào, đánh hòa quyện (hình 3 - 4).

4. Quấy cho dầu ăn, sữa và va-ni hòa vào nhau rồi từ từ đổ từng chút một vào âu, để máy ở tốc độ thấp nhất, đánh cho hòa quyện (hình 5 - 6).

5. Chia bột làm 2 đến 3 phần, rây từng phần vào âu, trộn đều với kỹ thuật fold.

* *Lưu ý:* Nếu không quen trộn bột theo kiểu fold, các bạn có thể trộn bằng máy ở tốc độ thấp nhất trong khoảng 15 đến 20 giây, khi bột vừa hòa quyện thì dừng lại, rây phần bột tiếp theo và trộn đến hết. Vì trứng đánh bông theo công thức này thường rất đặc và mịn nên dùng máy trộn ở thời gian ngắn sẽ không ảnh hưởng nhiều đến bọt khí. Sau khi trộn xong, dùng phới trộn thêm vài nhát để vét bột bám ở thành và đáy âu (hình 7 - 8 - 9 - 10).

6. Đổ bột vào khuôn, nướng bánh ở nhiệt độ 165°C (hoặc 155°C nếu dùng khuôn sẫm màu) trong khoảng 30 phút, đến khi bánh chín thơm, ấn nhẹ tay lên mặt bánh thấy vết lõm phồng trở lại.

7. Lấy bánh ra khỏi khuôn, để bánh nguội hoàn toàn trên rack. Khi bánh đã nguội, xẻ bánh làm hai phần bạt tròn (hình 11).

B. Trang trí bánh:

1. Đánh bông kem tươi, đường với 40 gram mứt mơ đến khi kem tươi bông cứng.

2. Trét 30 gram mứt mơ còn lại lên một miếng bánh (hình 12).

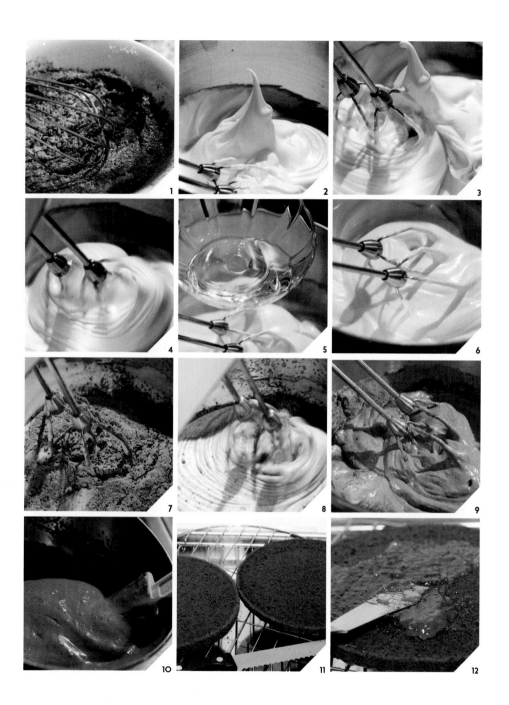

3. Lấy một nửa lượng kem tươi phết lên trên (hình 13). Đặt miếng bánh thứ hai lên. Phủ phần kem tươi còn lại lên toàn bộ bên ngoài bánh. Chà cho kem tương đối mịn láng (hình 14 - 15). Để bánh vào ngăn mát tủ lạnh khoảng 1.5 đến 2 giờ cho kem đặc và cứng hơn.

C. Ganache sô-cô-la:

1. Bẻ nhỏ sô-cô-la, cho vào bát (hình 16).

2. Cho kem tươi và bơ vào nồi. Đun đến khi hỗn hợp ấm nóng, bơ tan chảy hết (không để sôi). Quấy cho bơ và kem tươi hòa quyện. Đổ vào bát đựng sô-cô-la, để yên trong 3 phút (hình 17).

3. Nhẹ nhàng quấy đều để sô-cô-la, kem tươi và bơ hòa quyện (hình 18). Cho va-ni, quấy đều. Ta sẽ có phần ganache mịn mượt, đặc sánh và bóng.

4. Để ganache nguội bớt. Ganache ban đầu hơi lỏng nhưng càng để lâu ở nhiệt độ mát (dưới 25°C) ganache sẽ đặc dần lại (hình 19).

5. Đặt bánh trên rack. Dưới rack đặt một chiếc khay có lót giấy bạc sạch. Đổ ganache lên chính giữa bánh (hình 20). Ganache sẽ tự chảy dàn ra và phủ kín toàn bộ bánh (hình 21). Phần ganache rơi xuống khay có thể sử dụng lại.

Lưu ý:

- Ganache càng để lâu sẽ càng đặc lại. Do đó nên theo dõi để đổ ganache ở đúng thời điểm: khi ganache còn đủ lỏng để có thể tự chảy tràn trên mặt bánh và phủ xuống thành bánh. Nếu để quá lâu làm ganache quá đặc thì khi đổ ganache sẽ chảy xuống rất chậm, có thể sẽ không phủ hết thành bánh. Tuy nhiên, cũng không nên để ganache còn lỏng nhiều vì như vậy ganache sẽ chảy dàn rất nhanh và nhiều, khiến cho phần mặt bánh hầu như không có ganache che phủ.

- Các bạn có thể thử ganache bằng cách múc một thìa ganache rồi cho chảy xuống, tùy vào độ bám của ganache trên thìa mà xác định ganache đã đủ đặc hay chưa. Nếu ganache không bám được vào thìa nhiều tức là vẫn còn loãng, cần phải để đặc hơn. Nếu ganache bám vào thìa quá nhiều và chảy xuống chậm là đã bị quá đặc (nên đặt bát đựng ganache vào âu nước nóng và quấy đều cho ganache lỏng hơn một chút rồi dùng). Ganache đạt sẽ chảy thành dòng mịn mượt như thả ruy băng xuống, với tốc độ vừa phải, và sẽ có một lớp mỏng bám lại trên thìa (như trong hình 20 và 21).

- Nếu sô-cô-la có hàm lượng ca cao thấp hơn 50% hay cao hơn 65% thì cần điều chỉnh lượng kem tươi để bù vào phần ca cao. Nếu cao hơn 65%, cần tăng kem tươi và thêm chút đường để ganache không bị quá đặc hay đắng. Nếu thấp hơn 50%, có thể thêm vào một chút bột ca cao nguyên chất để ganache đặc hơn.

Nên dùng bánh trong ngày. Có thể bảo quản bánh trong ngăn mát tủ lạnh nhưng trước khi ăn nên để bánh ở nhiệt độ phòng khoảng 30 phút đến 1 giờ để phần ganache mềm bớt (ganache sẽ đông cứng khi để trong tủ lạnh).

- GHI CHÚ -

....

....

- TROPICAL PARADISE -

Vị chua ngọt của dứa, thơm ngậy béo của dừa xen chút ngọt pha lẫn đắng của caramel cùng ga-tô xốp mềm sẽ đưa bạn tới thiên đường của miền nhiệt đới – Tropical Paradise.

MỨC ĐỘ: *Trung bình*
THỜI GIAN THỰC HIỆN: *90 - 100 phút*
THỜI GIAN CHỜ: *4 giờ hoặc qua đêm*
DỤNG CỤ: *Khuôn tròn đường kính 15 cm để làm phần ga-tô*
Khuôn tròn để rời hoặc mousse ring đường kính 18 cm để ráp bánh

- NGUYÊN LIỆU -

A. GA-TÔ VA-NI:

. 20 g bột mì đa dụng

. 20 g bột ngô

. 15 g dầu ăn

. 8 g sữa

. ¼ thìa café va-ni chiết xuất

. 2 trứng gà

. 40 g đường

. ½ thìa café cream of tartar

. một nhúm muối nhỏ

B. CARAMEL CREAM:

. 65 g kem tươi

. 50 g đường

C. MOUSSE DỨA:

. 6 g gelatin (dạng lá hoặc bột)

. 160 g dứa tươi

. 20 g nước

. 15 g đường

. 190 g kem tươi – để lạnh

D. MOUSSE DỪA:

. 6 g gelatin (dạng lá hoặc bột)

. 80 g nước cốt dừa

. 80 g sữa

. 2 lòng đỏ trứng

. 30 g đường

. 190 g kem tươi

. 15 g đường (để đánh bông cùng kem tươi)

E. TRANG TRÍ:

. ½ quả dứa tươi to

. 15 - 20 g dừa tấm sấy khô

A. Ga-tô va-ni:

- Chuẩn bị phần bánh ga-tô giống như bạt bánh trong công thức "Charm", sử dụng khuôn tròn đường kính 15 cm. Nướng bánh ở nhiệt độ 165°C (hoặc 155°C nếu dùng khuôn sẫm màu) trong khoảng 20 đến 25 phút, đến khi bánh chín vàng mặt, thơm mùi bánh nướng, ấn nhẹ tay lên mặt bánh thấy vết lõm phồng trở lại.

- Sau khi bánh chín lấy ra khỏi khuôn, để nguội trên rack rồi xẻ làm hai bạt tròn (xem thêm hướng dẫn về cách xẻ bạt bánh ở đầu chương) (hình 1).

- Chuẩn bị mousse ring hoặc lót giấy nến vào để khuôn tròn dùng làm mousse.

B. Caramel cream:

1. Đun nóng kem tươi (không để sôi).

2. Cho đường vào một nồi khác, đun lửa to đến khi đường nóng chảy và chuyển màu vàng nâu (hình 2) thì đổ kem tươi nóng vào, quấy đều. Đổ ra bát, để nguội. Ta sẽ có khoảng 50 - 60 gram caramel cream (hình 3).

* Không nên để đường cháy quá lâu sẽ làm phần caramel bị đắng nhiều. Nếu khi đổ kem vào có đường bị đông lại thì đặt nồi lên bếp, quấy liên tục đến khi đường tan hết.

C. Mousse dứa:

1. Ngâm gelatin vào 30 ml nước (nếu là gelatin dạng bột) hoặc 40 - 45 ml nước (nếu dùng gelatin lá) để gelatin nở mềm.

2. Xay dứa, nước, đường và 30 gram caramel cream từ phần (B) đến khi nhuyễn mịn. Cho hỗn hợp vào nồi. Đun đến khi hỗn hợp sôi thì hạ lửa nhỏ, đun thêm khoảng 1 phút rồi bắc nồi ra khỏi bếp. Quấy đều trong suốt quá trình đun.

3. Vắt lá gelatin cho ráo nước, bỏ vào nồi nhanh tay quấy đều cho gelatin tan hết. Nếu dùng gelatin bột thì cho cả gelatin và nước ngâm vào nồi. Đổ hỗn hợp dứa ra bát, để nguội (thu được khoảng 200 - 210 gram hỗn hợp caramel dứa).

4. Cho kem tươi vào âu cùng 20 gram caramel cream từ phần (B). Nếm thử hỗn hợp dứa, nếu hỗn hợp dứa vừa ngọt thì cho thêm 10 gram đường vào kem tươi. Nếu hỗn hợp dứa rất ngọt thì không cần cho thêm đường vào kem tươi.

Đánh đến khi kem tươi đạt bông mềm. Nhẹ nhàng đổ phần dứa (đã nguội) vào, trộn đều bằng kỹ thuật fold đến khi các nguyên liệu hòa quyện.

5. Đặt một phần ga-tô vào chính giữa khuôn. Đổ phần mousse dứa vào (hình 4). Lắc nhẹ khuôn cho mousse dàn đều. Để khuôn vào ngăn mát tủ lạnh khoảng 30 đến 40 phút (hoặc ngăn đá trong 10 phút) cho mousse se mặt.

D. Mousse dừa:

1. Ngâm nở gelatin như trong phần (C).

2. Đun nước cốt dừa và sữa nóng ấm (không để sôi). Cho trứng và 30 g đường vào âu, dùng phới lồng đánh đến khi đường tan hết, trứng chuyển màu vàng nhạt, hơi bông mịn (hình 5).

3. Từ từ đổ sữa và nước cốt dừa ấm vào trứng, vừa đổ vừa quấy đều cho các nguyên liệu hòa quyện (hình 6). Lọc lại hỗn hợp qua rây, cho vào nồi (hình 7).

4. Nấu ở lửa vừa. Quấy đều tay và liên tục. Khi hỗn hợp đặc và hơi sệt thì tắt bếp, cho gelatin như trong bước (C.3). Đổ hỗn hợp ra bát, để nguội (thu được khoảng 200 - 210 gram kem trứng dừa). Hỗn hợp sẽ hơi sánh nhưng chưa đặc đến mức như nhân kem trứng của bánh su kem.

5. Đánh bông kem tươi với 15 gram đường đến khi kem đạt bông mềm. Nhẹ nhàng đổ phần kem trứng dừa (đã nguội) vào, trộn đều bằng kỹ thuật fold (hình 8).

6. Khi mousse dứa đã se mặt, đặt phần ga-tô thứ hai lên trên, nhẹ nhàng đổ mousse dừa vào. Lắc nhẹ cho mousse dàn đều. Đậy hoặc bọc kín khuôn, đặt trong ngăn mát tủ lạnh tối thiểu 4 giờ để mousse đông hẳn (tốt nhất là để qua đêm).

Khi mousse đã hoàn toàn đông lại thì gỡ bánh ra khỏi khuôn (hình 9). Trang trí mặt bánh bằng dừa sấy khô và hoa dứa khô. Bảo quản bánh trong ngăn mát tủ lạnh, dùng từ 1 đến 2 ngày (chỉ trang trí hoa dứa ngay trước khi ăn để giữ cho hoa được khô ráo).

Cách làm hoa dứa khô:

- Làm nóng lò ở 110°C (hai lửa).

- Dứa gọt vỏ, cắt bỏ sạch mắt dứa (hình 10). Rửa sạch rồi xát muối lên khắp quả dứa. Để khoảng 15 phút rồi rửa lại bằng nước sạch. Thấm khô.

- Thái dứa thành khoanh tròn dày khoảng 2 - 3 mm. Dùng giấy hoặc khăn sạch thấm hoặc ép cho miếng dứa ra bớt nước (sấy khô sẽ nhanh hơn).

- Chuẩn bị khay có lót tấm nướng silicon hoặc giấy nến. Xếp dứa vào khay (hình 11). Cho dứa vào lò sấy ở nhiệt độ 110°C.

- Sau khoảng 30 đến 35 phút, hoặc khi thấy dứa đã hơi se mặt và có vết hơi sém vàng thì lật mặt các miếng dứa, đồng thời quay ngược khay nướng. Sấy tiếp trong khoảng 30 đến 35 phút. Thời gian sấy có thể thay đổi tùy theo lò. Sấy ở nhiệt độ cao hơn sẽ giúp dứa khô nhanh hơn nhưng khả năng dứa bị cháy phần diềm ngoài cũng cao hơn.

- Khi phần lõi dứa xuất hiện các đốm nhỏ li ti là dứa đã khô. Tắt lò, lấy dứa ra, nhanh tay xếp dứa vào các cốc nhỏ hay khuôn Muffin/Cupcake (để cánh hoa dứa được cong). Cho dứa lại vào lò (đã tắt). Để nguyên dứa trong khoảng 3 đến 4 giờ (tốt nhất là qua đêm) cho dứa khô cứng lại hẳn (hình 12).

- G H I   C H Ú -

....

....

....

·FORÊT NOIRE·

- FORÊT NOIRE -

Những chiếc bánh khu rừng Đen (*Black forest* hay *Schwarzwald* trong tiếng Đức) luôn có sức hấp dẫn kỳ lạ đối với tôi. Dù có làm bao nhiêu lần vẫn thấy muốn thử thêm nữa món bánh từ nước Đức này. Phiên bản *Forêt Noire* lần này tôi sử dụng mousse sô-cô-la và kem tươi sô-cô-la thay cho kem tươi trắng truyền thống. Vậy nên mỗi lớp bánh mang đến một "sắc thái" sô-cô-la khác nhau: xốp mềm trong bạt ga-tô, mịn béo từ mousse và tan trong miệng của kem Chantilly, hẳn sẽ làm hài lòng kể cả tín đồ sô-cô-la khó tính nhất.

MỨC ĐỘ: *Trung bình*

THỜI GIAN THỰC HIỆN: *100 - 120 phút* **THỜI GIAN CHỜ:** *4 giờ hoặc qua đêm*

DỤNG CỤ: *Khuôn tròn đường kính 20 cm để làm phần ga-tô*

Khuôn tròn đế rời hoặc mousse ring đường kính 18 cm để ráp bánh

- NGUYÊN LIỆU -

A. GA-TÔ SÔ-CÔ-LA:

. 62 g bột làm bánh ngọt (cake four)

. 18 g bột ca cao nguyên chất

. 20 g bơ – đun chảy

. 10 g sữa

. ½ thìa café va-ni chiết xuất

. 3 trứng

. 75 g đường

. ½ thìa café cream of tartar

. một nhúm muối nhỏ

B. ANH ĐÀO:

. 700 g anh đào đóng hộp

. 20 g đường

. 3 thìa canh (45 ml) rượu Rum

C. MOUSSE SÔ-CÔ-LA:

. 4 g gelatin (dạng lá hoặc bột)

. 100 g kem tươi (để trộn cùng bột ca cao làm ganache)

. 50 g bơ

. 45 g đường (để làm ganache)

. 35 g bột ca cao nguyên chất

. 150 g kem tươi (để làm mousse)

. 20 g đường (để làm mousse)

. ¾ thìa café va-ni chiết xuất

D. KEM CHANTILLY SÔ-CÔ-LA:

. 180 g kem tươi

. 8 g bột ca cao

. 30 - 40 g đường

. ¼ thìa café va-ni chiết xuất

E. TRANG TRÍ:

. 100 g kem tươi

. 10 g đường

. 20 g sô-cô-la bào vụn

. quả anh đào

A. Ga-tô sô-cô-la:

1. Làm nóng lò ở nhiệt độ 165°C (hoặc 155°C nếu dùng khuôn sẫm màu). Lót giấy nến ở đáy khuôn, không cần chống dính thành khuôn.

2. Rây bột mì và bột ca cao vào âu, trộn đều. Cho bơ, sữa và va-ni vào một bát nhỏ khác, quấy đều. Tách riêng lòng đỏ và lòng trắng trứng vào hai âu khác nhau.

Các bước tiếp theo thao tác giống như cách làm phần bạt bánh trong công thức "Sacher Torte". Nướng bánh ở nhiệt độ 165°C (hoặc 155°C nếu dùng khuôn sẫm màu) trong khoảng 25 đến 30 phút, đến khi bánh chín thơm, ấn nhẹ tay lên mặt bánh thấy vết lõm phồng trở lại.

Sau khi bánh chín, lấy ra khỏi khuôn, để nguội hoàn toàn trên rack. Khi bánh đã nguội, xẻ bánh làm hai phần bạt tròn (hình 1). Cắt bỏ phần diềm ngoài để bạt bánh vừa với khuôn 18 cm.

Chuẩn bị mousse ring hoặc lót giấy nến vào đế khuôn tròn dùng làm mousse.

B. Anh đào:

1. Đổ anh đào ra rổ, đặt bát ở dưới hứng lấy nước ngâm.

2. Cho khoảng 100 ml nước ngâm anh đào

vào nồi đun với đường, sau khi sôi khoảng 1 phút thì bắc khỏi bếp. Cho 15 ml Rum vào trộn đều. Ta có xi rô anh đào.

3. Phần 30 ml Rum còn lại trộn đều cùng quả anh đào đã ráo nước.

C. Mousse sô-cô-la:

1. Ngâm gelatin vào 30 ml nước để gelatin nở mềm.

2. Cho 100 gram kem tươi, bơ (cắt miếng nhỏ) và đường vào âu.

Chuẩn bị một chiếc nồi nhỏ có đựng chút nước. Miệng nồi đủ nhỏ để có thể đặt âu đựng kem bơ lên trên và đáy âu không chạm nước (hình 2). Đun sôi nước trong nồi rồi đặt âu lên và quấy đều đến khi kem, bơ, đường tan hết, hòa quyện (hơi nóng từ nước sôi sẽ giúp bơ và đường tan chảy).

3. Rây bột ca cao vào âu đựng kem bơ (hình 3), quấy đều đến khi có hỗn hợp sệt và rất sánh.

4. Khi gelatin đã nở hết, chưng cách thủy hoặc quay trong lò vi sóng khoảng 20 giây để gelatin tan hết. Cho gelatin vào trộn cùng hỗn hợp ganache ở bước (3). Để nguội.

* Thi thoảng cần quấy đều để tránh cho

mặt hỗn hợp bị đông lại.

5. Đánh 150 gram kem tươi với 20 gram đường và va-ni đến khi kem đạt bông mềm. Nhẹ nhàng đổ phần ganache sô-cô-la từ bước (4) vào, trộn đều (hình 4).

6. Đặt một phần bạt bánh vào khuôn. Dùng chổi quét 1/2 lượng xi rô anh đào từ phần (B) lên mặt bánh (hình 5). Đổ mousse sô-cô-la vào khuôn (hình 6). Đặt quả anh đào vào khuôn, anh đào sẽ tự chìm vào phần mousse (hình 7). Đặt bạt bánh thứ hai lên trên. Quét nốt phần xi rô anh đào còn lại lên mặt bánh. Đậy hoặc bọc kín khuôn. Để vào ngăn mát tủ lạnh trong tối thiểu 4 giờ (tốt nhất là qua đêm) để mousse đông hoàn toàn.

D. Trang trí bánh:

1. Làm kem Chantilly sô-cô-la:

- Cho các nguyên liệu trong phần (D) vào âu (rây mịn bột ca cao). Đánh đến khi kem đặc và bông cứng (hình 8). *Lưu ý:* khi kem bắt đầu hơi đặc lại thì nên hạ tốc độ chậm, đánh tiếp đến khi kem vừa đủ đặc để trang trí bánh thì dừng lại, tránh đánh quá tay sẽ làm kem bị tách nước. Lượng đường có thể điều chỉnh tùy khẩu vị.

- Để cả âu kem vào ngăn mát tủ lạnh trong khoảng 30 đến 60 phút.

2. Làm kem tươi trang trí bánh:

- Đánh bông kem tươi và đường ở phần (E) đến khi kem bông cứng. Cho kem vào túi bắt kem, để ngăn mát tủ lạnh trong khoảng 30 phút để kem đặc hơn.

3. Khi mousse đã đông hoàn toàn, dùng dao lưỡi mảnh rọc quanh thành trong của khuôn, lấy bánh ra ngoài. Phủ kem Chantilly sô-cô-la lên bên ngoài bánh (hình 9). Chà láng kem. Dùng kem tươi trang trí để bánh và mặt bánh (hình 10 - 11). Rắc sô-cô-la bào vụn lên mặt bánh (hình 12), đặt thêm quả anh đào tươi.

* Để bắt bông trên mặt bánh và viền chân bánh, tôi dùng đui 1M của Wilton (đui sò mở 6 cánh).

Bảo quản bánh trong ngăn mát tủ lạnh, dùng trong 1 đến 2 ngày.

Mousse dâu mát lịm thơm ngọt ngào, Mousse chanh leo chua ngọt, tan chảy trên đầu lưỡi, cùng chút dai dai dẻo dẻo của Jelly xoài và giòn sần sật từ xoài tươi. Tất cả các hương vị, giống như các cung bậc khác nhau trong tình yêu, cùng hòa quyện mang đến một cảm giác tuyệt vời cho người thưởng thức.

MỨC ĐỘ: *Trung bình*

THỜI GIAN THỰC HIỆN: *130 - 140 phút* **THỜI GIAN CHỜ:** *4 giờ hoặc qua đêm*

DỤNG CỤ: *Khuôn tròn đường kính 15 cm để làm phần ga-tô*
Khuôn tròn để rời hoặc mousse ring đường kính 18 cm để ráp bánh

-NGUYÊN LIỆU-

A. GA-TÔ VA-NI:

. 20 g bột mì đa dụng

. 20 g bột ngô

. 15 g dầu ăn

. 8 g sữa

. ¼ thìa café va-ni chiết xuất

. 2 trứng

. 40 g đường

. ¼ thìa café cream of tartar

. một nhúm muối nhỏ

B. MOUSSE DÂU SÔ-CÔ-LA TRẮNG:

. 6 g gelatin (dạng bột hoặc lá)

. 90 g sô-cô-la trắng

. 130 g dâu tây

. 30 g sữa chua không đường

. 190 g kem tươi – để lạnh

. 10 g đường

C. MOUSSE PHO-MÁT CHANH LEO XOÀI:

. 200 g cream cheese (pho-mát kem)

. 6 g gelatin (dạng bột hoặc lá)

. 105 g chanh leo cả hạt (5 - 6 quả)

. 15 g đường (để làm xi rô chanh leo)

. 190 g kem tươi – để lạnh

. 30 g đường (để đánh cùng kem tươi)

. 150 g thịt xoài – thái miếng vuông cỡ 1 cm

D. THẠCH GƯƠNG CHANH LEO:

. 6 g gelatin (dạng bột hoặc lá)

. 80 g chanh leo cả hạt (4 - 5 quả)

. 70 g nước cam (1 quả)

. 50 g nước

. 20 - 30 g đường

A. Ga-tô va-ni:

- Chuẩn bị phần bánh ga-tô giống như bạt bánh trong công thức "Charm", sử dụng khuôn tròn đường kính 15 cm. Nướng bánh ở nhiệt độ 165°C (hoặc 155°C nếu dùng khuôn sẫm màu) trong khoảng 20 đến 25 phút, đến khi bánh chín vàng mặt, thơm mùi bánh nướng, ấn nhẹ tay lên mặt bánh thấy vết lõm phồng trở lại.

- Sau khi bánh chín lấy ra khỏi khuôn, để nguội trên rack, xẻ làm hai bạt tròn (xem thêm hướng dẫn về cách xẻ bạt bánh ở đầu chương).

- Chuẩn bị mousse ring hoặc lót giấy nến vào để khuôn tròn dùng làm mousse.

B. Mousse dâu sô-cô-la trắng:

1. Ngâm gelatin vào 30 ml nước (nếu là gelatin dạng bột) hoặc 40 - 45 ml nước (nếu dùng gelatin lá) để gelatin nở mềm.

2. Bẻ nhỏ sô-cô-la trắng, cho vào một chiếc bát lớn. Chuẩn bị một nồi nhỏ có chứa chút nước sao cho có thể đặt bát sô-cô-la trên miệng nồi và đáy bát không chạm nước. Đun sôi nước trong nồi. Đặt bát sô-cô-la lên trên, quấy đều tay đến khi sô-cô-la tan chảy hết (hơi nóng từ nước sôi sẽ giúp sô-cô-la tan chảy) (hình 1).

3. Xay dâu tây với sữa chua đến khi thành hỗn hợp lỏng và nhuyễn mịn. Đổ vào nồi, đun đến khi hỗn hợp bắt đầu sôi thì hạ lửa nhỏ đun thêm khoảng 30 giây. Quấy đều trong quá trình đun để tránh dâu đọng ở đáy nồi bị cháy.

4. Đổ sô-cô-la từ bước (2) vào nồi dâu. Quấy đều (hình 2). Khi nồi còn nóng, vắt lá gelatin cho ráo nước, bỏ vào nồi rồi nhanh tay quấy đến khi gelatin tan hết vào hỗn hợp. Nếu dùng gelatin bột thì đổ cả gelatin lẫn phần nước ngâm vào nồi, quấy đều. Đổ hỗn hợp ra bát, để nguội (có thể ngâm bát vào chậu đựng nước đá để hỗn hợp nguội nhanh).

5. Đánh kem tươi với đường đến khi kem đạt bông mềm. Nhẹ nhàng đổ phần sô-cô-la dâu (đã nguội hoàn toàn) vào âu, nhẹ nhàng trộn (theo kiểu fold) đến khi các nguyên liệu hòa quyện (hình 3).

6. Đặt một phần ga-tô vào chính giữa khuôn. Đổ phần mousse dâu sô-cô-la lên trên. Lắc nhẹ khuôn cho mousse dàn đều. Để khuôn vào ngăn mát tủ lạnh khoảng 30 đến 40 phút (hoặc ngăn đá trong 10 phút) cho mousse se mặt.

C. Mousse pho-mát chanh leo xoài:

* Để cream cheese ra ngoài tủ lạnh để cream cheese bớt lạnh và mềm hơn.

1. Ngâm nở gelatin như trong phần (B) – bước 1.

2. Cho chanh leo và 15 g đường vào nồi. Quấy đều. Đun sôi rồi hạ nhỏ lửa đun thêm khoảng 30 giây đến khi đường tan hết. Lọc hỗn hợp qua rây để bỏ hạt (hình 4). Ta sẽ thu được khoảng 65 gram xi rô chanh leo (hình 5).

3. Cho hỗn hợp vào nồi đun lại đến khi hỗn hợp ấm nóng. Vắt lá gelatin cho ráo nước, bỏ vào nồi rồi nhanh tay quấy đến khi gelatin tan hết vào hỗn hợp (hình 6). Nếu dùng gelatin bột thì đổ cả gelatin lẫn phần nước ngâm vào nồi, quấy đều. Đổ hỗn hợp ra bát, để nguội.

* Nếu chanh leo sau khi lọc xong vẫn còn ấm nóng thì có thể cho gelatin thẳng vào quấy cùng chanh leo, không cần đun lại.

4. Cho cream cheese vào âu cùng 1 thìa canh (15 ml) xi rô chanh leo. Để máy ở tốc độ thấp nhất, đánh trong khoảng 30 đến 60 giây đến khi cream cheese mềm nhuyễn, mịn mượt (hình 7).

5. Cho kem tươi, 30 g đường và 1 thìa canh xi rô chanh leo vào đánh cùng cream cheese đến khi hòa quyện. Thêm từng thìa canh xi rô chanh leo, đánh hòa quyện rồi thêm thìa tiếp theo. Đánh đến khi hết phần xi rô, hỗn hợp kem chuyển đặc sệt (hơi giống kem tươi khi bông mềm) (hình 8).

* Hỗn hợp kem đặc khá nhanh nên đánh ở tốc độ vừa sẽ dễ kiểm soát hơn, tránh đánh quá đà, kem sẽ dễ bị tách nước.

6. Thái xoài thành các khối vuông nhỏ mỗi cạnh khoảng 1 cm (hình 9).

7. Khi phần mousse dâu sô-cô-la đã se mặt thì đặt bạt bánh thứ hai lên trên phần mousse. Đổ khoảng 2/3 lượng mousse cream cheese vào khuôn, dàn đều. Xếp xoài vào giữa khuôn, chừa khoảng 1.5 cm diềm ngoài, ấn nhẹ cho các miếng xoài chìm xuống. Đổ nốt phần mousse cream cheese còn lại vào khuôn để phủ kín xoài. Dùng dao dàn cho mousse phẳng mặt. Đậy hoặc bọc kín khuôn. Để vào ngăn mát tủ lạnh tối thiểu 4 giờ để mousse đông hoàn toàn (tốt nhất là để qua đêm).

D. Thạch gương chanh leo:

1. Ngâm nở gelatin như trong phần (B).

2. Cho chanh leo, nước cam, nước và đường vào nồi. Quấy đều, đun sôi rồi hạ nhỏ lửa đun thêm khoảng 1 phút, vừa đun vừa quấy. Lọc hỗn hợp qua rây để bỏ hạt chanh. Ta thu được khoảng 150 gram nước chanh leo. Nếu ít hơn thì cần thêm nước lọc vào để có đủ 150 gram.

* Lượng đường có thể điều chỉnh theo khẩu vị và tùy vào độ chua của cam chanh.

3. Khi hỗn hợp còn ấm nóng, vắt lá gelatin cho ráo nước rồi bỏ vào hỗn hợp, quấy đều đến khi gelatin tan hết. Nếu dùng gelatin bột thì đổ cả gelatin lẫn phần nước ngâm vào, quấy đều. Để hỗn hợp nguội rồi đổ vào khuôn. Đặt khuôn vào ngăn mát tủ lạnh thêm 45 phút cho hỗn hợp đông hẳn lại.

* Không được đổ chanh leo còn nóng vào khuôn vì sẽ khiến lớp mousse ở dưới tan chảy.

4. Bảo quản bánh trong ngăn mát tủ lạnh, dùng trong 1 đến 2 ngày. Khi ăn, dùng một con dao mảnh rọc quanh thành trong của khuôn rồi lấy bánh ra. Trang trí mặt bánh bằng hoa quả tùy thích.

- GHI CHÚ -

....

....

....

....

....

MATCHA RAFFAELLO

- MATCHA RAFFAELLO -

Món bánh này kết hợp hai hương vị mà tôi rất yêu thích: trà xanh và kem dừa sô-cô-la trắng từ món kẹo dừa Raffaello. Vị thơm mát xen lẫn chút đắng của trà xanh khiến vị ngọt gắt của sô-cô-la như dịu lại. Và ngược lại, sô-cô-la ngọt ngào cùng kem tươi béo ngậy giúp cốt bánh ga-tô trà xanh có "cá tính" hơn, ngọt ngào và cũng quyến rũ hơn.

MỨC ĐỘ: *Trung bình*
THỜI GIAN THỰC HIỆN: *80 - 90 phút*
THỜI GIAN CHỜ: *4 giờ*
DỤNG CỤ: *Khuôn tròn đường kính 18 cm*

- NGUYÊN LIỆU -

A. GA-TÔ TRÀ XANH :

. *40 g bột mì đa dụng*

. *35 g bột ngô*

. *10 g bột trà xanh*

. *35 g dầu ăn*

. *15 g sữa*

. *¼ thìa café va-ni chiết xuất*

. *4 trứng*

. *85 g đường*

. *½ thìa café cream of tartar*

. *một nhúm muối nhỏ*

B. KEM RAFFAELLO:

. *120 g sô-cô-la trắng*

. *20 g bơ*

. *200 g mascarpone*

. *200 g kem tươi*

. *½ thìa café va-ni chiết xuất*

C. TRANG TRÍ BÁNH :

. *dừa sấy khô*

. *kẹo Raffaello (không bắt buộc)*

. *50 g sô-cô-la đen hoặc nâu*

A. Ga-tô trà xanh:

- Chuẩn bị phần bánh ga-tô giống như bạt bánh trong công thức "Charm". Bột trà xanh được rây và trộn đều với bột mì và bột ngô. Nướng bánh ở nhiệt độ 165°C (hoặc 155°C nếu dùng khuôn sẫm màu) trong khoảng 35 đến 40 phút, đến khi bánh chín thơm, ấn nhẹ tay lên mặt bánh thấy vết lõm phồng trở lại.

- Sau khi bánh chín lấy ra khỏi khuôn, để nguội trên rack, xẻ làm ba bạt tròn (xem thêm hướng dẫn về cách xẻ bạt bánh ở đầu chương).

B. Kem Raffaello:

Chuẩn bị kem trong khi đợi nướng bánh. Để mascarpone ra ngoài cho bớt lạnh.

1. Bẻ nhỏ sô-cô-la, cắt nhỏ bơ. Cho sô-cô-la, bơ vào một âu to cùng 50 gram kem tươi (lấy từ 200 gram kem tươi trong công thức) (hình 1).

2. Chuẩn bị một nồi nhỏ có đựng chút nước. Miệng nồi đủ nhỏ để có thể đặt âu đựng bơ lên trên và đáy âu không chạm nước. Đun sôi nước trong nồi rồi hạ nhỏ lửa để nước sôi lăn tăn. Đặt âu lên trên nồi, quấy đều đến khi sô-cô-la và bơ tan hết, các

nguyên liệu hòa quyện. Để nguội bớt.

3. Khi sô-cô-la đã nguội bớt và đặc hơn (hình 2), cho mascarpone. Chỉnh máy ở tốc độ thấp nhất, đánh đến khi các nguyên liệu vừa hòa quyện thì dừng lại. Ta có hỗn hợp kem mịn mượt (hình 3).

4. Cho 150 gram kem tươi vào âu. Đánh ở tốc độ vừa đến khi kem bắt đầu đặc lại thì hạ xuống tốc độ thấp nhất, đánh đến khi kem đặc cứng. Để cả âu kem vào tủ lạnh khoảng 15 phút.

* Lưu ý những phút cuối cần theo dõi để dừng lại đúng lúc, tránh đánh quá tay làm kem bị tách nước.

5. Trét kem vào giữa các lớp bánh và phủ kem bên ngoài bánh (hình 4 - 5). Dùng dừa sấy khô và kẹo Raffaello để trang trí (hình 6 - 7).

* Nếu các bạn muốn làm lá sô-cô-la như bánh trong hình thì có thể chuẩn bị một số lá cây. Tôi dùng lá của cây hoa hồng (cây hoa trồng trong vườn nhà nên lá sạch, không có thuốc trừ sâu). Nên ngắt lá ra khỏi cành, cho vào túi kín, để tủ lạnh khoảng vài tiếng trước khi làm, lá sẽ mềm hơn và làm dễ hơn. Trước khi làm, lấy lá ra rửa sạch, ngâm nước muối loãng rồi lau khô.

- Chưng cách thủy sô-cô-la đến khi sô-cô-la tan chảy. Quấy đều để sô-cô-la bớt nóng (nhưng vẫn còn lỏng). Dùng chổi quét sô-cô-la lên mặt sau (mặt gân) của lá (hình 8). Nên quét sô-cô-la hơi dày một chút, khi gỡ lá ra sẽ dễ hơn.

- Để lá sô-cô-la vào tủ lạnh đến khi sô-cô-la đông cứng rồi nhẹ nhàng bóc lá ra khỏi sô-cô-la (hình 9). Khi gỡ cố gắng thao tác nhanh, tránh để hơi nóng từ tay làm sô-cô-la bị chảy (nếu sô-cô-la có dấu hiệu chảy thì để lại vào tủ lạnh để sô-cô-la cứng lại rồi gỡ tiếp).

- GHI CHÚ -

DELUXE BANANA CAKE

- DELUXE BANANA CAKE -

Những ngày trời trở gió lạnh thường làm tôi thèm chút ấm áp và ngọt ngào của đường nâu và quế. Đôi khi có thể chỉ là một vài chiếc Muffin táo quế đơn giản. Hoặc nếu trong tủ lạnh có sẵn bột ngàn lớp thì sẽ là một vài chiếc Apple turnover kèm theo ly sữa ấm. Còn nếu có nhiều thời gian hơn thì chắc chắn sẽ chọn món bánh chuối này. Trong số các món bánh bơ (butter cake) mà tôi đã từng làm thì đây là cốt bánh mà tôi ưng ý nhất, không chỉ ở phần mềm xốp cực kỳ đậm đà mà còn ở vị chuối ngọt ngào và mùi thơm đặc biệt hấp dẫn của chuối, quế và một nguyên liệu "bí mật".

MỨC ĐỘ: *Trung bình*
THỜI GIAN THỰC HIỆN: *80 - 90 phút*
DỤNG CỤ: *Khuôn tròn đường kính 18 cm*

- NGUYÊN LIỆU -

A. GA-TÔ VỊ CHUỐI:

. *120 g sữa*

. *10 g nước cốt chanh*

. *190 g bột mì đa dụng*

. *1 thìa café bột nở (baking powder)*

. *½ thìa café muối nở (baking soda)*

. *½ thìa café bột quế*

. *¼ thìa café bột ngũ vị hương*

. *¼ thìa café muối*

. *200 g chuối (đã bỏ vỏ)*

. *120 g bơ nhạt*

. *100 g đường nâu*

. *2 trứng gà*

. *¾ thìa café va-ni chiết xuất*

B. TRANG TRÍ BÁNH:

. *200 g kem tươi*

. *35 g đường*

. *200 g chuối (đã bỏ vỏ)*

. *10 g nước cốt chanh*

. *hạt óc chó (walnut) – không bắt buộc*

A. Ga-tô vị chuối:

* Bánh được làm theo phương pháp creaming, các bạn có thể xem thêm chỉ dẫn và các lưu ý cụ thể của phương pháp này trong tập 1 của *Nhật ký học làm bánh*.

1. Cho nước cốt chanh vào sữa, quấy đều, để khoảng 10 đến 15 phút. Sữa sẽ kết tủa tạo thành hỗn hợp giống như buttermilk (giúp cho bánh có vị ẩm và mềm thơm hơn).
Làm nóng lò ở nhiệt độ 165°C (hai lửa). Chống dính khuôn.

2. Rây bột mì, bột nở, muối nở, bột quế, bột ngũ vị hương và muối vào âu, trộn đều (hình 1). Ngũ vị hương là gia vị đặc biệt của món bánh này, sẽ giúp cho vị chuối thêm đậm đà. Nếu không có, các bạn có thể tăng thêm một chút bột quế.

3. Xay nhuyễn chuối cùng với phần sữa kết tủa ở bước (1) (hình 2 - 3).

4. Trong một âu khác, đánh bơ với đường nâu đến khi bơ bông xốp (hình 4). Vét thành và đáy âu.

5. Cho lần lượt từng quả trứng vào âu, đánh cùng bơ đường ở tốc độ thấp nhất đến khi hòa quyện. Cho va-ni, đánh hòa quyện.

6. Chia bột ở (2) làm 3 phần, chia hỗn hợp chuối ở (3) làm 2 phần. Cho từng phần vào âu theo thứ tự bột – chuối – bột – chuối – bột. Đánh ở tốc độ thấp nhất, khi hỗn hợp vừa hòa quyện thì cho phần tiếp theo (hình 5 - 6 - 7). Không đánh quá nhiều.

7. Đổ bột vào khuôn. Nướng ở nhiệt độ 165°C trong 45 đến 50 phút. Khi bánh chín nâu vàng thơm, ấn nhẹ tay lên giữa bánh thấy vết lõm phồng trở lại thì lấy bánh ra khỏi lò, để bánh trong khuôn khoảng 3 phút rồi lấy ra khỏi khuôn. Để bánh nguội hẳn trên giá hoặc khay có rãnh/lỗ (hình 8) rồi xẻ bánh thành hai bạt tròn (hình 9).

B. Trang trí bánh:

1. Đánh kem tươi với đường đến bông cứng (hình 10). Để kem vào ngăn mát tủ lạnh khoảng 20 đến 30 phút để kem đặc hơn.

2. Cắt chuối thành khoanh tròn. Nhẹ nhàng trộn đều với nước chanh.

3. Trét một nửa phần kem vào giữa bánh, đặt các lát chuối lên trên. Đặt lát bánh còn lại lên rồi lặp lại các bước trét kem và xếp chuối (hình 11 - 12). Khi ăn rắc thêm hạt óc chó đã được nướng giòn, có thể dùng kèm ganache sô-cô-la tùy thích.

- GHI CHÚ -

Trong các bữa tiệc Giáng sinh, những khúc củi khô Yule log không chỉ là một món tráng miệng tuyệt vời, mà còn mang theo hy vọng về một năm mới mùa màng bội thu, nhiều hạnh phúc, sức khỏe và may mắn. Món bánh Yule log "gốc cây" này tôi làm với cảm hứng từ bánh ga-tô Opera, gồm bạt ga-tô hạnh nhân, mousse cà phê kem sô-cô-la và kem sô-cô-la phủ ngoài. Bánh thơm và đậm đà nhưng không quá "nặng" do tất cả các phần kem và mousse đều dùng kem tươi là chủ yếu và không có quá nhiều bơ, rất thích hợp làm tráng miệng sau một bữa tiệc Giáng sinh no nê rượu thịt.

MỨC ĐỘ: *Trung bình*

THỜI GIAN THỰC HIỆN: *120 - 130 phút*   **THỜI GIAN CHỜ:** *4 giờ hoặc qua đêm*

DỤNG CỤ: *Khuôn tròn đường kính 20 cm để làm phần ga-tô*

Khuôn tròn để rời hoặc mousse ring đường kính 18 cm để ráp bánh

- NGUYÊN LIỆU -

A. GA-TÔ HẠNH NHÂN:

. 25 g bột hạnh nhân

. 95 g bột mì đa dụng

. 20 g dầu ăn

. 20 g sữa

. ½ thìa café va-ni chiết xuất

. 5 trứng gà

. 100 g đường

. ½ thìa café cream of tartar

. một nhúm muối nhỏ

B. MOUSSE CÀ PHÊ SÔ-CÔ-LA:

. 6 g gelatin (dạng bột hoặc lá)

. 2 lòng đỏ trứng gà

(18 - 20 g/ lòng đỏ)

. 50 g đường

. 10 g bột mì đa dụng

. 230 g sữa

. 25 g bột ca cao nguyên chất

. 3 g cà phê hòa tan

. 30 g bơ

. ½ thìa café va-ni chiết xuất

. 200 g kem tươi

. 25 g đường (để đánh bông cùng kem tươi)

C. XI RÔ CÀ PHÊ:

. 25 g nước nóng

. 1 - 2 g cà phê hòa tan

. 5 g đường

D. KEM SÔ-CÔ-LA:

. 150 g kem tươi

. 13 g bột ca cao

. 30 g đường hạt mịn

. ¼ thìa café va-ni chiết xuất

1. Làm bạt bánh **ga-tô hạnh nhân:**

- Chuẩn bị phần bánh ga-tô giống như bạt bánh trong công thức "Charm". Bột hạnh nhân được rây và trộn đều với bột mì. Nướng bánh ở nhiệt độ 160°C (hoặc 150°C nếu dùng khuôn sẫm màu) trong khoảng 45 đến 55 phút, đến khi bánh chín vàng thơm, ấn thử tay lên mặt bánh thấy vết lõm tự phồng trở lại.

- Lấy bánh ra, để nguội trên rack.

Trong khi đợi bánh nguội thì chuẩn bị phần **mousse sô-cô-la.**

2. Ngâm gelatin vào 30 ml nước (nếu là gelatin dạng bột) hoặc 40 - 45 ml nước (nếu dùng gelatin lá) để gelatin nở mềm.

3. Cho lòng đỏ trứng và đường vào âu. Dùng phới lồng đánh nhẹ nhàng đến khi trứng đường hòa quyện và hơi chuyển màu vàng nhạt. Rây bột mì vào trộn đều cùng trứng đường.

4. Đun sữa tươi đến khi sữa hơi ấm. Từ từ đổ sữa vào âu đựng trứng đường, quấy đều.

5. Rây bột ca cao vào âu đựng trứng đường sữa. Cho bột cà phê tan, trộn đều.

* Nếu dùng cà phê dạng nước thay cho cà phê tan thì bớt đi một lượng sữa tương ứng với lượng cà phê sử dụng.

6. Lọc hỗn hợp qua rây, cho vào nồi. Đun lửa vừa. Vừa đun vừa quấy đều tay và liên tục, đến khi hỗn hợp sánh lại và hơi sệt thì cho bơ và va-ni vào. Quấy đều đến khi bơ tan hết. Bắc khỏi bếp.

7. Khi hỗn hợp trong nồi còn đang nóng, vắt gelatin (dạng lá) cho ráo nước. Bỏ gelatin vào nồi, quấy đều và nhanh tay cho gelatin tan hết. Nếu dùng gelatin dạng bột thì cho cả phần bột gelatin cùng nước ngâm vào nồi. Để nguội bớt (lưu ý thi thoảng nên quấy để tránh phần trên mặt hỗn hợp bị khô và kéo màng).

8. Đánh 200 gram kem tươi với 25 gram đường đến khi kem bông mềm (hình 1). Nhẹ nhàng đổ phần kem tươi này vào âu đựng hỗn hợp kem trứng sô-cô-la (đã nguội), trộn đều bằng kỹ thuật fold đến khi các nguyên liệu hòa quyện (hình 2).

9. Khi bánh đã nguội, xẻ làm 3 lớp bạt tròn. Cắt bỏ bớt diềm ngoài bánh để bạt bánh vừa với khuôn cỡ 18 cm (hình 3). Chuẩn bị khuôn làm mousse. Lót giấy nến ở đáy khuôn (để khi bánh hoàn thiện có thể lấy ra dễ dàng).

10. Hòa tan các nguyên liệu trong phần (C), để nguội bớt.

11. Ráp bánh:

– Đặt phần bạt bánh thứ nhất vào khuôn. Dùng chổi quét 1/2 lượng xi rô cà phê lên mặt bạt bánh (hình 4). Đổ 1/2 lượng mousse vào khuôn.

Nhẹ nhàng đặt phần bạt bánh thứ hai lên trên phần mousse. Quét lượng xi rô cà phê còn lại lên mặt bánh. Đổ phần mousse còn lại vào khuôn.

– Đặt phần bạt bánh còn lại vào khuôn. Dùng ni lông bọc kín khuôn (để giữ ẩm cho mặt bánh). Để tủ lạnh tối thiểu 4 giờ (hoặc tốt nhất là qua đêm).

12. Khi mousse đã đông hoàn toàn thì dùng dao lưỡi mảnh rọc quanh phần thành trong của khuôn. Nhẹ nhàng gỡ khuôn ra, đặt bánh lên đế (hình 5) và để bánh lại vào tủ lạnh thêm 15 đến 20 phút.

13. Chuẩn bị kem phủ bánh: cho tất cả các nguyên liệu trong phần (D) vào âu. Đánh đến khi kem bông cứng.

14. Phủ kem lên bên ngoài bánh. Không cần chà láng vì đặc thù của bánh khúc cây là càng xù xì càng tự nhiên, nên chỉ cần phủ kem đều là được (hình 6).

15. Trang trí bánh:

- Dùng dao nhỏ nhẹ nhàng kéo dọc từ dưới lên trên để tạo thành các đường "vân" xung quanh thành bánh.

Với phần mặt bánh, dùng nĩa kéo vòng tròn để tạo các đường vân tròn giống mặt cắt của khúc cây (hình 7).

Để bánh vào tủ lạnh cho phần kem cứng hơn. Bánh bảo quản trong tủ lạnh, nên dùng trong 1 - 2 ngày.

* Các bạn có thể chuẩn bị nấm trắng Meringue để trang trí bánh (hình 8 - 9). Công thức nấm Meringue đã có trong *Nhật ký học làm bánh* tập 1. Lưu ý: chỉ nên gắn nấm ngay trước khi dùng bánh, tránh để nấm trong tủ lạnh, nấm sẽ hút ẩm và trở nên dính, thậm chí có thể mềm ướt và dai.

- GHI CHÚ -

....

....

....

....

Thank you!

Nếu như cuộc đời này là một hành trình dài thì *Nhật ký học làm bánh* hẳn là một trong những chặng đường đáng nhớ nhất của tôi trên hành trình ấy.

Chặng đường này chưa bao giờ suôn sẻ. Ngay đến tận bây giờ vẫn có rất nhiều khúc cua, nhiều đoạn gập ghềnh, nhiều đá tảng, ổ gà, thậm chí ổ voi, nhưng chưa bao giờ tôi có ý định bỏ cuộc. Càng tiến vào sâu hơn, tôi càng cảm thấy mình thật may mắn vì đã lựa chọn nó.

May mắn không chỉ bởi những kiến thức và kinh nghiệm tích lũy được sau một quá trình tự mày mò thử nghiệm, mà còn bởi trên con đường ấy tôi đã gặp được rất nhiều người bạn và cộng sự, những người đã luôn ủng hộ, động viên, dõi dẫn, ở bên tôi trong những thời điểm khó khăn nhất, để tôi có sức mạnh tiếp tục tiến bước trên con đường này.

Từ những bài viết trên căn bếp ảo, đến cuốn sách xinh đẹp chỉn chu thơm mùi giấy mực là cả chặng đường rất dài mà chắc chắn tôi sẽ không thể hoàn tất nếu không có sự giúp đỡ của các cộng sự tại Nhã Nam: Cảm ơn biên tập viên Hằng Nga, người đã đồng hành cùng *Nhật ký học làm bánh* từ những ngày đầu tiên, người luôn tỉ mỉ, cẩn thận trau chuốt từng câu, từng chữ, đến cả dấu phẩy, dấu chấm để các hướng dẫn trong sách được rõ ràng hơn và những lời giới thiệu thêm mượt mà, nhiều cảm xúc. Cảm ơn chị vì đã luôn chia sẻ, động viên và ngay cả trong những lúc bản thân phải đối mặt với nhiều áp lực nhất, cũng không bao giờ mang áp lực đó đặt lên tác giả. Cảm ơn họa sỹ Tùng Lâm đã dành rất nhiều thời gian và công sức để biến tất cả những tấm ảnh và dòng chữ khô khan trở thành một tổng thể hài hòa đầy sức sống. Cảm ơn em vì đã chăm chút *Nhật ký học làm bánh* như đứa con tinh thần của chính mình. Cảm ơn Ban giám đốc Nhã Nam cùng các bạn trong bộ phận Marketing, bộ phận phát hành, đã luôn giúp đỡ và tạo điều kiện để sách có thể đến tay bạn đọc được nhanh và thuận tiện nhất.

Tôi cũng rất may mắn khi là một thành viên của nhóm nghiên cứu ACED tại khoa Quản trị, Đại học Antwerp. Cảm ơn các đồng nghiệp vì những động viên, khích lệ và cả sự hào hứng đón nhận các sản phẩm từ "thí nghiệm" mới trong phòng bếp của tôi. Đặc biệt cảm ơn Jonas De Maere, người bạn thân thiết đã luôn ở bên cạnh ủng hộ, chia sẻ các ý tưởng, góp phần tạo thêm cảm hứng, người chưa bao giờ từ chối thử nghiệm sản phẩm và góp ý chân thành để các món bánh được ngon và đẹp hơn.

Trong những ngày cuối cùng khi *Nhật ký học làm bánh* tập 2 đã gần hoàn tất, có một sự cố khá nghiêm trọng mà nếu không có sự nhiệt tình giúp đỡ và "cứu trợ" của một người bạn cũ, có thể cuốn sách này sẽ không bao giờ được hoàn thiện. Cảm ơn bạn Kế Trần rất nhiều vì đã là "ông Bụt" của tớ

(không chỉ trong ngày hôm đó :-)).

Một lời cảm ơn chân thành được gửi đến gia đình hai bên, đặc biệt là chồng tôi và em gái, hai người đã khích lệ tôi tìm đến với con đường bơ bột trứng sữa này, đã luôn ở bên cạnh tôi trong những thời điểm khó khăn nhất, hỗ trợ tôi về mọi mặt để tôi có thể đi được song song trên cả hai con đường – làm nghiên cứu và làm bánh, viết blog về bánh.

Và xin cảm ơn tất cả các bạn – những người bạn đã luôn dành nhiều tình cảm yêu mến và sự tin cậy với các bài viết, công thức tại www.savourydays.com. Xin cảm ơn rất nhiều về những chia sẻ về một chiếc bánh thành công, về niềm vui giản đơn lại tìm thấy trong bếp nhờ bắt tay học làm bánh, về những kiến thức, kinh nghiệm mới. Tất cả những chia sẻ ấy giống như nguồn nhiên liệu giúp duy trì ngọn lửa trong căn bếp Savoury Days, để bếp luôn ấm, kể cả trong những giai đoạn tôi vì nhiều lý do không thể vào bếp thường xuyên được. Mong rằng con đường "Nhật ký học làm bánh" sẽ tiếp tục được kéo dài và mở rộng với thêm nhiều những câu chuyện và "nhật ký" khác, những câu chuyện được viết nên bởi chính các bạn. Và mong rằng sẽ ngày càng có nhiều hơn những niềm vui bé con nhưng lâu bền được tìm thấy trong căn bếp nhỏ - trái tim của mọi ngôi nhà, bởi nấu ăn chính là một cách thể hiện tình yêu giản dị nhưng chân thành nhất.

NHẬT KÝ HỌC LÀM BÁNH 2 (tái bản)

Chịu trách nhiệm xuất bản
Trần Đoàn Lâm

Biên tập	Lê Thanh Hương
Biên tập viên Nhã Nam	Hằng Nga
Trình bày và thiết kế bìa	Nguyễn Tùng Lâm
Sửa bản in	Phạm Thủy

**CÔNG TY TNHH MỘT THÀNH VIÊN
NHÀ XUẤT BẢN THẾ GIỚI**

46 Trần Hưng Đạo, Hoàn Kiếm, Hà Nội
Điện thoại: 04. 38253841 | Fax: 04. 38269578
Chi nhánh tại thành phố Hồ Chí Minh
Số 7 Nguyễn Thị Minh Khai, Quận I, TP Hồ Chí Minh
Điện thoại: 08. 38220102
Email: marketing@thegioipublishers.vn
Website: www.thegioipublishers.com.vn

LIÊN KẾT XUẤT BẢN VÀ PHÁT HÀNH

CÔNG TY VĂN HÓA & TRUYỀN THÔNG NHÃ NAM

59 Đỗ Quang, Trung Hòa, Cầu Giấy, Hà Nội
Điện thoại: 04 35146875 | Fax: 04 35146965
Website: www.nhanam.vn
Email: nhanambook@vnn.vn
http://www.facebook.com/nhanampublishing

CHI NHÁNH TẠI TP HỒ CHÍ MINH

Nhà 015 Lô B chung cư 43 Hồ Văn Huê, Phường
9, Quận Phú Nhuận, TP Hồ Chí Minh Điện thoại:
08 38479853 | Fax: 08 38443034 Email:
hcm@nhanam.vn

In 3.000 cuốn, khổ 16x24cm tại Công ty CP in Viễn Đông (Km19+400, Giai Phạm, Yên Mỹ, Hưng Yên. Căn cứ trên số đăng ký xuất bản: 194-2017/CXBIPH/14-07/ThG cấp ngày 23.01.2017 và quyết định xuất bản số 836/QĐ-ThG của Nhà xuất bản Thế Giới ngày 15.08.2017. Mã ISBN: 978-604-77-1232- 8. In xong nộp lưu chiểu năm 2017.